ഓഷോ ധ്യാനോത്സവം

INSIGHT PUBLICA®

Nadakkavu, Kozhikode, Kerala
Tel:0495–4020666
www. insightpublica. com
e-mail: insightpublica@gmail. com
Title: **Samudrathil Oru Manjuthulli**
(Malayalam)
Author: **Osho**
First Insight Edition: September 2023

ISBN 978-93-5517-444-4
Printed and Published by
Insightinpublica Printers & Publishers Ltd.
₹200

ഓഷോ

സമുദ്രത്തിൽ
ഒരു മഞ്ഞുതുള്ളി

INSIGHT PUBLICA

ഓഷോ ധ്യാനോത്സവം
പരമ്പരയിലെ പന്ത്രണ്ട് പുസ്തകങ്ങൾ

1. **അസ്തിത്വത്തിന് സമർപ്പണം ചെയ്യുക.**
   Surrender to Existence
2. **അതെ പറയുക!**
   Say Yes!
3. **പ്രേമം ഒരു സ്വതന്ത്ര പക്ഷിയാകുന്നു**
   Love is a Free Bird
4. **ജീവിതം ഒരു വരദാനമാകുന്നു**
   Life is a Gift
5. **ഭൂമിയിൽ അപരിചിതൻ**
   Stranger to the Earth
6. **സ്വയം ഒരു ദീപമായിത്തീരുക**
   Be a lamp unto yourself
7. **നാം തനിയേ പറക്കുന്നു**
   Alone we Fly
8. **ആപത്കരമായി ജീവിക്കുക**
   Live Dangerously
9. **ഭയമില്ലായ്മ ഞാൻ പഠിപ്പിക്കുന്നു**
   I teach Fearlessness
10. **നിങ്ങളുമായി ഒന്നായിത്തീരുക**
    Become one with yourself
11. **സമുദ്രത്തിൽ ഒരു മഞ്ഞുതുള്ളി**
    A Dewdrop in the Ocean
12. **ധ്യാനം: ഒരു ആനന്ദഹർഷം**
    Meditation : An Ecstasy

ജലബിന്ദു
സമുദ്രമായിത്തീരേണ്ടതില്ല
അതിപ്പോൾത്തന്നെ സമുദ്രമാണ്,
അതു കേവലം അതറിഞ്ഞാൽ മതി.
എന്താണോ ഉള്ളത്,
എന്തായാലും അതുണ്ട്......
അതിനെ അതായി
അറിയുന്നതുതന്നെ സത്യം.
സത്യം മോക്ഷമാകുന്നു

മുഖവുര

വരും താളുകളിൽ കാണുന്ന വാക്കുകൾ ബോധ പ്രാപ്തനായ മഹാഗുരു ഓഷോ തന്റെ ശിഷ്യന്മാരോടും ഇന്ത്യയിലെ അദ്ദേഹത്തിന്റെ പൂന ആശ്രമം സന്ദർശിച്ച മറ്റു സാധകരോടുമായി ചെയ്ത പ്രഭാഷണങ്ങളിൽ നിന്നും എടുത്തിട്ടുള്ളതാണ്. ഫോട്ടോകളിൽ അധികവും ആശ്രമത്തിനകത്തുനിന്ന് എടുത്തിട്ടുള്ളവയാണ്: ഓഷോ തന്റെ ശിഷ്യരോടും അതിഥികളോടുമൊപ്പമുള്ളവ, സാധകർ ധ്യാനം ചെയ്യുകയോ മറ്റു പ്രവർത്തനങ്ങളിലേർപ്പെടുകയോ അല്ലെങ്കിൽ വെറുതെ വർത്തിക്കുകയോ ചെയ്യുന്നവ. (പൂന ഓഷോ മെഡിറ്റേഷൻ റിസോർട്ടിൽ നിന്നുള്ള ഫോട്ടോകൾ കൂടാതെ ഓഷോ ദം (ഡൽഹി), ഓഷോ നിസർഗ, (ഹിമാചൽപ്രദേശ്), ഓഷോ തവോവൻ (നേപ്പാൾ), രജനീഷ്പുരം (അമേരിക്ക), മോസ്കോ ഉൾപ്പെടെയുള്ള ചില വിദേശനഗരങ്ങളിൽ നടന്ന മെഡിറ്റേഷൻ ക്യാമ്പുകൾ, കേരളത്തിൽ നടന്ന ചില ഓഷോ ഇവന്റുകളുടെയും ക്യാമ്പുകളുടെയും ഫോട്ടോകൾ കൂടി ഈ മലയാളം പതിപ്പിൽ ഉൾപ്പെടുത്തിയിട്ടുണ്ട്.)

ഓഷോ നിർദ്ദേശിച്ചിട്ടുള്ളത് ഈ പുസ്തകം താഴെ പറയുന്ന രീതിയിൽ ഉപയോഗിക്കുകയാണെങ്കിൽ വായനക്കാർക്കത് ഏറ്റവും കൂടുതൽ പ്രയോജനകരമായിരിക്കും എന്നാണ്- അതായത് ഓരോ പ്രഭാതത്തിലേക്കും ക്രമപ്പെടുത്തിയിട്ടുള്ള ഭാഗങ്ങൾ രാവിലെ ഉണർന്നെഴുന്നേൽക്കുമ്പോൾ തന്നെ-മനസ്സ് ദിവസേനെയുള്ള മറ്റു പ്രവൃത്തികളിൽ വ്യാപൃതമാകുന്നതിന് മുൻപ്-വായിക്കുക.

ഒരാൾ ഉറങ്ങുന്നതിന് മുൻപ് അയാളുടെ മനസ്സിലുള്ള അവസാനത്തെ ചിന്ത തന്നെയായിരിക്കും ഉണർന്നെഴുന്നേൽക്കുമ്പോഴും അയാളുടെ ആദ്യത്തെ ചിന്ത എന്ന് പറയപ്പെടുന്നു. ഒരുപക്ഷെ നമ്മളിൽ ഭൂരിപക്ഷവും ഉറക്കത്തിലേക്ക് പതിക്കുന്നത്, ഒരു ടെലിവിഷൻ സീരിയലിലെ പ്രതിബിംബങ്ങളും കഴിഞ്ഞുപോയ ദിവസത്തെക്കുറിച്ചുള്ള വേവലാതികളും അടുത്ത് വരാനിരിക്കുന്ന ദിവസത്തെക്കുറിച്ചുള്ള ആകാംക്ഷകളും എല്ലാംകൂടി കുഴഞ്ഞുമറിഞ്ഞ മനസ്സുകളുമായിട്ടായിരിക്കും. നമ്മളിൽ പലർക്കും ഉറക്കത്തിലേക്ക് കടക്കുവാൻ തന്നെ കഴിയാത്ത അത്രയും വിഷമങ്ങളുണ്ട്. പ്രദോഷത്തിലേക്ക് വേണ്ടി തെരഞ്ഞെടുത്തിട്ടുള്ള ഭാഗങ്ങൾ രാത്രി ഉറങ്ങുന്നതിനു മുമ്പായി വായിക്കുക.

പന്ത്രണ്ട് പുസ്തകങ്ങളുടെ ഈ പരമ്പര മുപ്പത്തിയൊന്ന് ദിവസങ്ങളുള്ള പന്ത്രണ്ട് മാസങ്ങളായി വിഭജിച്ചിരിക്കുന്നു. 'മാസം ഒന്ന്', കലണ്ടർ വർഷം തുടങ്ങുന്ന മാസം തന്നെ ആയിരിക്കണമെന്നില്ല; അത് നിങ്ങൾ വായിക്കാൻ തുടങ്ങുന്ന ആദ്യത്തെ മാസമാണ്. ഉദ്ധരണികൾ ക്രമത്തിൽ തന്നെയാണ് വായിക്കേണ്ടത്, ഏതെങ്കിലും ഒന്ന് തെരഞ്ഞെടുത്താൽ പോരാ. കാരണം ജീവിതത്തെക്കുറിച്ചുള്ള ധാരണ മാസംതോറുമാണ് ഓഷോ വികസിപ്പിച്ചു കൊണ്ടുവരുന്നത്.

ഓരോ ദിവസത്തിനും ഒരു പ്രത്യേക വിഷയതന്തു ഉണ്ടായിരിക്കുകയും പ്രഭാതത്തിലെയും പ്രദോഷത്തിലെയും മനനവിഷയങ്ങൾ പരസ്പരം പൂരകമാ

യിരിക്കുകയും ചെയ്യുന്ന വിധത്തിലാണ് പുസ്തകം രൂപകല്പന ചെയ്തിട്ടുള്ളത്.

പ്രഭാതമനനങ്ങൾക്ക് വേണ്ടി തെരഞ്ഞെടുക്കപ്പെട്ട ഉദ്ധരണികൾ ഉന്മേഷദായകവും ചിന്തോദ്ദീപകവുമാണ്- എല്ലായ്പ്പോഴും, വരാനിരിക്കുന്ന ദിവസത്തിലേക്കുള്ള ഒരു സമ്പൂർണവും സജീവവുമായ പങ്കാളിത്തം സാധ്യമാക്കുന്നത്. താരതമ്യേന നോക്കിയാൽ പ്രദോഷത്തിലേക്കായുള്ള ഓഷോയുടെ വാക്കുകൾ വായനക്കാരെ വിശ്രാന്തിയുടെ, വികസനത്തിന്റെ, വിലയനത്തിന്റെ, അസ്തിത്വത്തോട് പൊരുത്തപ്പെടുന്നതിന്റെ സാംഗത്യത്തെ ഓർമ്മപ്പെടുത്തുന്നു.

ഈ ഉദ്ധരണികൾ വായിക്കുന്നതു തന്നെ സ്വയമേവ ഒരു മനനരൂപമാണ്. ഓഷോ പറഞ്ഞിട്ടുള്ളതുപോലെ, ഒരു ഋഷിവചനം അംഗീകരിക്കപ്പെടുകയോ നിരാകരിക്കപ്പെടുകയോ ചെയ്യുമ്പോഴും, ഒരുതരത്തിലുമുള്ള സിദ്ധാന്തത്തിന്റെയും ഭാഗമല്ല അത്. വായനക്കാരോട് ഒരു അനുയായിയോ വിശ്വാസിയോ ആകുവാൻ അതാവശ്യപ്പെടുന്നില്ല. വാസ്തവത്തിൽ പ്രസക്തമായിട്ടുള്ളത് ആ വാക്കുകൾ പോലുമല്ല, മറിച്ച് ആ വാക്കുകൾ എന്തിനെയാണോ സംവഹിക്കുന്നത് അതാണ് പ്രസക്തമായിട്ടുള്ളത്.

അദ്ദേഹം വിശദീകരിക്കുന്നു: ''വാക്കുകൾ (ഋഷിവര്യന്റെ വാക്കുകൾ) അവയ്ക്കു ചുറ്റും ഒരു നിശ്ശബ്ദതയെ സംവഹിക്കുന്നു. അദ്ദേഹത്തിന്റെ വാക്കുകൾ ശബ്ദായമാനമല്ല. അദ്ദേഹത്തിന്റെ വാക്കുകൾക്ക് ഒരു സ്വരമാധുര്യമുണ്ട്, ഒരു താളം, ഒരു സംഗീതം; അദ്ദേഹത്തിന്റെ വാക്കുകളുടെ അകക്കാമ്പിൽ തികഞ്ഞ നിശ്ശബ്ദതയാണുള്ളത്. നിങ്ങൾക്ക് ആ വാക്കുകളിലേക്ക് കടന്നുകയറി ചെല്ലാനാകുമെങ്കിൽ അനന്തമായ നിശ്ശബ്ദതയെ നിങ്ങൾ അഭിമുഖീകരിക്കാനിടവരും.''

''എന്നാൽ ഒരു ബുദ്ധന്റെ വാക്കുകളിലേക്ക് കടന്നു കയറി ചെല്ലുവാനുള്ള മാർഗ്ഗം അപഗ്രഥനമല്ല, വാദപ്രതിവാദവുമല്ല, ചർച്ചചെയ്യലുമല്ല. അതിനുള്ള

മാർഗ്ഗം അദ്ദേഹവുമായി ഒരു ഭാവലയത്തിൽ വീഴലാണ്, അദ്ദേഹവുമായുള്ള ഒരു സ്വരച്ചേർച്ചയിൽ, ഒരു ഭാവൈക്യത്തിൽ എത്തിച്ചേരലാണ്. ആ സ്വരച്ചേർച്ചയിൽ, ആ ഒന്നായിത്തീരലിൽ, ഒരുവൻ ഗുരുവചനങ്ങളുടെ ഉള്ളറയിലേക്ക് പ്രവേശിക്കുന്നു. അവിടെ നിങ്ങൾ ഒരു ശബ്ദവും, ഒരു സ്വരവും കേൾക്കുകയില്ല; അവിടെ നിങ്ങൾ കണ്ടെത്തുക തികഞ്ഞ നിശ്ശബ്ദതയായിരിക്കും. അത് തിരിച്ചറിയുക എന്നതാണ് ഗുരുവിനെ ഗ്രഹിക്കൽ.''

വാക്കിന്റെ അർത്ഥമല്ല പ്രധാനം, ഓർക്കുക, മറിച്ച് ആ വാക്കിലെ നിശ്ശബ്ദതയാണ്. ''ഞാൻ നിങ്ങളോട് പറയുന്ന കാര്യങ്ങൾ നിങ്ങളുടെ ജീവിതത്തിൽ ഒരു യാഥാർത്ഥ്യമായി തീർന്നുകൊണ്ടിരിക്കുകയാണെങ്കിൽ നിങ്ങൾ എന്റെ വാക്കുകളെ ഓർക്കുന്നുവോ ഇല്ലയോ എന്നുള്ളത് ആര് ഗൗനിക്കുന്നു? അത് ഓർക്കാതിരിക്കുന്നത് തികച്ചും ശരിതന്നെ; വാക്കുകളുടെ ഏതെങ്കിലും തരത്തിലുള്ള സ്മരണ ഒരു തടസ്സമായിരിക്കും. പരിശുദ്ധമായ അർത്ഥം മാത്രം നിങ്ങളുടെ സത്തയുടെ അത്യഗാധമായ കാമ്പിലേക്ക് വ്യാപിക്കട്ടെ, അവിടെ വാക്കുകൾക്ക് എത്തിച്ചേരാനാവില്ല, അവിടെ വാഗ്രഹിതമായ അർത്ഥത്തിന് മാത്രമേ പ്രവേശിക്കുവാൻ സാധ്യമാകു.''

വാസ്തവത്തിൽ, അദ്ദേഹത്തിന്റെ വാക്കുകൾ വായിക്കുക എന്നത് ഏതെങ്കിലും തരത്തിലുള്ള മനോ വ്യായാമത്തിലേർപ്പെടുക എന്നതിനേക്കാളേറെ സംഗീതം ശ്രവിക്കുന്നതിനോടാണ് സമാനമായിട്ടുള്ളത്. സംഗീതം ശ്രവിച്ചുകൊണ്ടിരിക്കൽ- അല്ലെങ്കിൽ വീഞ്ഞ് നുണഞ്ഞുകൊണ്ടിരിക്കൽ: ഒന്ന് മൊത്തുക, മണപ്പിച്ചു നോക്കുക. ആ സ്വാദ് നിങ്ങളുടെ ആദ്ധ്യാത്മിക രുചി മണ്ഡലത്തെ തൊട്ടുണർത്താൻ അനുവദിക്കുക.

പ്രേം മനീഷ

ഓഷോ ധ്യാനോത്സവം

മാസം പതിനൊന്ന്

പ്രഭാത ചിന്താവിഷയം

ഇന്ന് ഇപ്പോഴും ലഭ്യമാണ്.

പ്രദോഷ ചിന്താവിഷയം

പുനർജ്ജനിക്കുവാനായി
മരിക്കുക

പ്രഭാതമനനം

ജീവിതത്തിൽ കൊച്ചുകാര്യങ്ങൾ അടങ്ങിയിരിക്കുന്നു, എന്നാൽ നിങ്ങൾ ആഹ്ലാദിക്കുകയാണെങ്കിൽ ആ സാധാരണകാര്യങ്ങളെ നിങ്ങൾ അസാധാരണമായതെന്തോ ആക്കിമാറ്റുന്നു. ആഹാരം കഴിക്കുന്നതിൽ പോലും നിങ്ങൾ ആഹ്ലാദം കൊള്ളുകയാണെങ്കിൽ, അത് പവിത്രമായിത്തീരുന്നു. നിലം വൃത്തിയാക്കുന്നതിൽ നിങ്ങൾ ആഹ്ലാദം കൊള്ളുകയാണെങ്കിൽ അത് പ്രാർത്ഥനയായിത്തീരുന്നു. കൂട്ടുകാർക്കു വേണ്ടി, നിങ്ങളുടെ പ്രണയിതാവിനു വേണ്ടി, കുട്ടികൾക്കു വേണ്ടി, മാതാപിതാക്കൾക്കു വേണ്ടി ഭക്ഷണം പാകം ചെയ്യുന്നതിൽ നിങ്ങൾ ആഹ്ലാദം കൊള്ളുകയാണെങ്കിൽ അത് ധ്യാനമായിത്തീരുന്നു. അതിന്റെ രഹസ്യം ആഹ്ലാദിക്കലാണ്. നിങ്ങൾ ചെയ്യുന്ന എല്ലാ കാര്യത്തിലും ആഹ്ലാദംകൊള്ളുക. അപ്പോഴത് ദൈവത്തിനു വേണ്ടി ചെയ്യുന്നതായിരിക്കും, അത് ദൈവത്തിനുള്ളൊരു വഴിപാടാകുന്നു. അങ്ങനെ ശരിയായ മുഹൂർത്തം വന്നുചേരുകയും നിങ്ങൾ സന്നദ്ധനും സുയോഗ്യനുമായിത്തീരുമ്പോൾ, ചക്രവാളത്തിൽ സൂര്യൻ ഉദിച്ചുയരുകയും അന്ധകാരമെല്ലാം അപ്രത്യക്ഷമാവുകയും ചെയ്യുന്നു.

പ്രദോഷമനനം

കൂടുതൽക്കൂടുതൽ അവബോധവാനാകുവാൻ പഠിക്കുക: ശരീരത്തെക്കുറിച്ച് അവബോധവാനാവുക, മനസ്സിനെക്കുറിച്ച് അവബോധവാനാവുക, ഹൃദയത്തെക്കുറിച്ച്, നിങ്ങളുടെ പ്രവൃത്തിയെക്കുറിച്ച്, വികാരവിചാരങ്ങളെക്കുറിച്ച് അവബോധവാനാവുക. അവബോധം കൊണ്ടുവരേണ്ടതായ മൂന്നു മാനങ്ങളാണിവ. അങ്ങനെ ആ മൂന്നിനെക്കുറിച്ചും അവബോധവാനായിത്തീരുമ്പോൾ നിങ്ങൾ ആ നാലാമതിനെക്കുറിച്ചും അവബോധവാനാകും – അതായത് അവബോധത്തെക്കുറിച്ചുതന്നെ. നാലാമത്തേത് അതിവർത്തനമാകുന്നു. ആ നാലാമത്തേത് ദൈവികതയിലേക്ക് നയിക്കുന്നു.

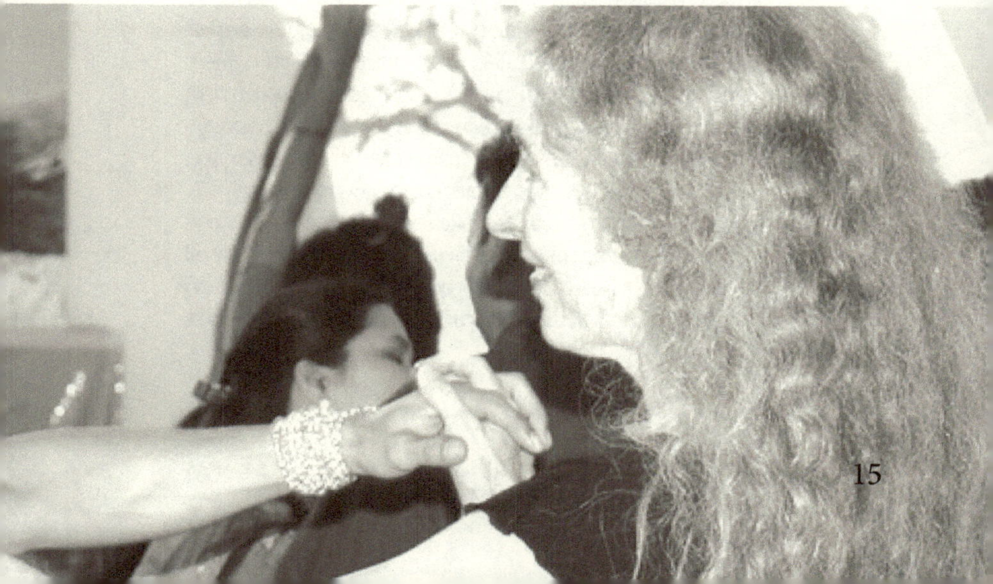

പ്രഭാതമനനം

പ്രേമം ഒരു കൊച്ചുദീപമാകുന്നു, പക്ഷേ അതു മതി. വാസ്തവത്തിൽ അതുതന്നെ വേണ്ടതിലും ഏറെയാണ്. നിങ്ങൾ നിങ്ങളോടൊപ്പം ഒരു സൂര്യനെയും കൊണ്ടുനടക്കേണ്ട ആവശ്യമില്ല. ഇരുട്ടുള്ള രാത്രിയിൽ ഒരു കൊച്ചുദീപം മാത്രം മതിയാകും. തീർച്ചയായും നിങ്ങൾക്കുമുന്നിൽ ഏതാനും അടികളിൽ മാത്രമേ അത് വെളിച്ചം വീശുന്നുണ്ടാവൂ. എന്നാലും അതുമാത്രമേ ആവശ്യമുള്ളു. നിങ്ങൾ ഏതാനും അടികൾകൂടി നടക്കുമ്പോൾ ആ വെളിച്ചവും ഏതാനും അടി മുന്നോട്ട് നീങ്ങുന്നു. അങ്ങനെയത് എപ്പോഴും നിങ്ങൾക്കുമുന്നിലാണ്. ഹൃദയത്തിനുള്ളിലെ കൊച്ചുദീപമാണ് പ്രേമം, എങ്കിലും അത് മതിയാകും. ജീവിതമാകുന്ന തീർത്ഥയാത്രയ്ക്ക് അത്രമാത്രമേ ആവശ്യമുള്ളൂ. അതിൽകൂടുതൽ ഒന്നും ആവശ്യമില്ല. അതു നിങ്ങൾക്ക് ശരിയായ പാത കാണിച്ചു തന്നേകൊണ്ടിരിക്കുന്നു.

ഒരാൾ തന്റെ സ്വന്തം ഹൃദയത്തിന് കാതോർക്കുവാൻ തുടങ്ങിയാൽ പിന്നെ മറ്റൊരു പ്രമാണവും ശ്രദ്ധിക്കേണ്ട കാര്യമില്ല. അപ്പോൾ ദൈവം നിങ്ങൾക്ക് നേർവഴി കാണിച്ചുകൊണ്ട് നിങ്ങളുടെ കാതുകളിൽ മന്ത്രിച്ചുകൊണ്ടേയിരിക്കുന്നു. ആളുകൾ അവരുടെ സ്വന്തം ഹൃദയത്തിന് ചെവികൊടുക്കാതിരിക്കുന്നതു മൂലം അവരെ പുരോഹിതന്മാരും രാഷ്ട്രീയക്കാരും ചൂഷണം ചെയ്തുകൊണ്ടേയിരിക്കുന്നു. എന്തുചെയ്യണമെന്നും എന്തുചെയ്യരുതെന്നും അവർ ആളുകളോട് പറഞ്ഞുകൊണ്ടേയിരിക്കുന്നു, തീർച്ചയായും നിങ്ങൾ ചെയ്യണമെന്ന് അവർ പറയുന്ന കാര്യങ്ങൾ അവരുടെ നിക്ഷിപ്തതാൽപ്പര്യങ്ങൾക്കുവേണ്ടിയാണ് - സ്വാഭാവികമായും. അവർ അവരുടെ സുന്ദരമായ

വാക്കുകളിലൂടെ, സദാചാരം, മതം, ആത്മീയത തുടങ്ങിയ വാക്കുകളിലൂടെ നിങ്ങളെ അടിമപ്പെടുത്തുന്നു. പക്ഷേ അവരുടെ ആഗ്രഹം മുഴുവൻ എങ്ങനെ ആളുകളെ അടിമയാക്കാം, എങ്ങനെ ആളുകളെ തടവറയിലിടാം എന്നതാണ്.

നിങ്ങൾ നിങ്ങളുടെ സ്വന്തം ഹൃദയത്തിന് ചെവി കൊടുക്കുവാൻ തുടങ്ങുമ്പോഴാണ് സ്വാതന്ത്ര്യം വന്നുചേരുന്നത്. എന്റെ ഇവിടത്തെ പ്രവർത്തനം ഒരു കാര്യം മാത്രമാണ്: സ്വന്തം ശബ്ദം, ഹൃദയത്തിനുള്ളിലെ നിതാന്തനിസ്വനം കണ്ടെത്തുവാൻ നിങ്ങളെ സഹായിക്കൽ. ഒരിക്കൽ അതു കണ്ടെത്തിക്കഴിഞ്ഞാൽ പുറത്തെ ഗുരുവിന്റെ പ്രവർത്തനം തീർന്നു. നിങ്ങളുടെ സ്വന്തം ഗുരുവിനെ നിങ്ങൾ കണ്ടെത്തിക്കഴിഞ്ഞു.

നിങ്ങളുടെ സ്വന്തമായ വെളിച്ചത്തിന്റെ ഉറവിടം കണ്ടെത്തുവാൻ നിങ്ങൾക്ക് കഴിയത്തക്കവിധമായിരിക്കും എപ്പോഴും ഒരു യഥാർത്ഥ ഗുരു പ്രവർത്തിക്കുന്നത്. നിങ്ങളെപ്പോഴും അദ്ദേഹത്തെ ആശ്രയിക്കുവാൻ അദ്ദേഹം ആഗ്രഹിക്കുകയില്ല, കാരണം എല്ലാ ആശ്രയത്വവും അടിമത്തമാണ്.

പ്രദോഷമനനം

അനുഭവത്തിൽ നിന്ന് പാഠം പഠിക്കാത്ത ഒരേയൊരു ജന്തു മനുഷ്യനാണെന്നു തോന്നുന്നു. അതാണ് എന്റെ നിരീക്ഷണം. കഴുതകൾപോലും പാഠം പഠിക്കുന്നുണ്ട്.

അറബിക്ക് ഭാഷയിൽ അവർക്കൊരു ചൊല്ലുണ്ട്, ഒരു കഴുതപോലും ഒരേ കുഴിയിൽ വീണ്ടും വീഴുകയില്ല...എന്നാൽ ആ അത്ഭുതവിദ്യ ചെയ്യുവാൻ മനുഷ്യന് സാധിക്കുമോ? അവന് ഒരേ കുഴിയിൽ തന്നെ ആയിരം തവണ വീഴുവാൻ കഴിയും - രണ്ടോ മൂന്നോ പ്രാവശ്യത്തിന്റെ കാര്യം പിന്നെ എന്തു പറയാനാണ്?. ആ കുഴിക്ക് അരികിലൂടെ അവൻ എത്ര തവണ കടന്നുപോകുന്നുവോ അത്രയും തവണയും അവൻ വീഴും! അവൻ സ്വയം പറയും, ‘‘നമുക്ക് ഒന്നുകൂടി ശ്രമിച്ച് നോക്കാം, കാര്യങ്ങൾ മാറിയിട്ടുണ്ടായിരിക്കാം, ഒരുപക്ഷേ ഇത് അതേ കുഴിയല്ലായിരിക്കാം, മാത്രമല്ല ഞാൻ ഇപ്പോൾ പഴയ ആളുമല്ല, ഒരുപാട് മാറ്റം വന്നിരിക്കുന്നു, കഴിഞ്ഞ തവണ അത് വൈകുന്നേരമായിരുന്നു. ഇത്തവണ ഇത് പ്രഭാതമാണ്. ഒരിക്കൽ കൂടി ശ്രമിച്ചുനോക്കുന്നതിൽ എന്തുതെറ്റ്?’’

ഇത് തീർച്ചയായും മനുഷ്യനെക്കുറിച്ചുള്ള ഏറ്റവും പ്രധാനപ്പെട്ട നിരീക്ഷണമത്രേ. അവൻ അവന്റെ അനുഭവത്തിൽ നിന്ന് ഒരിക്കലും പാഠം പഠിക്കുന്നില്ല.

പരമാനന്ദത്തിന്റെ പാതയിൽ വർത്തിക്കുവാൻ ആവശ്യമായിട്ടുള്ളതാകെ അനുഭവത്തിൽ നിന്ന് പാഠം പഠിക്കലാണ്. ഒരേ മണ്ടത്തരങ്ങൾ വീണ്ടും ആവർത്തിക്കരുത് - ഒരേ കോപം, അത്യാർത്തി, അസൂയ, ഉടമബോധം, അതൊന്നും ആവർത്തിക്കരുത്. ബോധവാനായിത്തീരേണ്ട കാലമായിരിക്കുന്നു. ജാഗരൂകനും ശ്രദ്ധാലുവും ആയിത്തീരുവാനും

പഴയ കെണികളിൽ വീണ്ടും വീണ്ടും ചെന്ന് ചാടാതിരിക്കുവാനും ശ്രമിക്കേണ്ട കാലമായിരിക്കുന്നു.

ശ്രദ്ധാലുവായിരിക്കുവാൻ പ്രാപ്തനായിത്തീരുന്നതോടെ അത്തരം കെണികളിൽ നിന്നും മുക്തനാകുവാൻ നിങ്ങൾ കുടുതൽക്കൂടുതൽ പ്രാപ്തനായിത്തീരുന്നു. അങ്ങനെ ഒരുവൻ എല്ലാ കെണികളിൽ നിന്നും എല്ലാ തടവറകളിൽ നിന്നും തികച്ചും സ്വതന്ത്രനായിത്തീരുന്ന ഒരുനിമിഷം വന്നെത്തുന്നു - അതാണ് പരമാനന്ദത്തിന്റെ മുഹൂർത്തം. പരമാനന്ദം ആകാശത്തുനിന്ന് പുഷ്പവൃഷ്ടിപോലെ വർഷിക്കുവാൻ തുടങ്ങുന്നു, അതങ്ങനെ തുടർന്നുകൊണ്ടേയിരിക്കുന്നു. അയാളുടെ ജീവിതം അയാൾക്കുതന്നെ ഒരനുഗ്രഹമായിത്തീരുന്നു, അതു മറ്റുള്ളവർക്കുകൂടി അനുഗ്രഹമായിത്തീരുന്നു.

3

പ്രഭാതമനനം

വിജ്ഞാനം വരുന്നത് മറ്റുള്ളവരിൽ നിന്നും ജ്ഞാനം വന്നുചേരുന്നത് സ്വന്തം അകക്കാമ്പിൽ നിന്നുമാണ്. അതവിടെനിന്ന് ഉറന്ന് വരികയാണ്, അത് നിങ്ങളുടേതാണ്. വിജ്ഞാനം ഒരിക്കലും നിങ്ങളുടേതല്ല, എന്നാൽ അത് വില കുറഞ്ഞതാണ്, അനായാസം ലഭ്യമാകുന്നത്. ജ്ഞാനം ദുഷ്കരമാണ്. നിങ്ങളുടെ സത്തക്കുള്ളിലേക്ക് ആഴത്തിൽ കുഴിച്ച് നോക്കേണ്ടതുണ്ട്. അത് ഭൂമിക്കുള്ളിലേക്ക് ഒരു കുഴി കുഴിച്ചുകൊണ്ട് ഒരു കിണർ നിർമ്മിക്കുന്നതു പോലെയാണ്, പല പാറക്കല്ലുകളും നീക്കിമാറ്റേണ്ടി വരും; അവ വെടിമരുന്നുവെച്ച് പൊട്ടിക്കേണ്ടിവരും. ശ്രമകരമാണത്, എങ്കിലും സമ്പൂർണ്ണതയോടെ, തീവ്രതയോടെ, ക്ഷമയോടെ അശ്രാന്തപരിശ്രമം നടത്തുകയാണെങ്കിൽ, ഒരു ദിനം വെള്ളം ഉയർന്ന് പൊങ്ങിവരുന്നത് നിങ്ങൾക്ക് കാണാം.

ഏറ്റവും പ്രധാനപ്പെട്ട സൂഫീ ഗുരുക്കന്മാരിൽ ഒരാളായ ജലാലുദ്ദീൻ റൂമി ഒരിക്കൽ അയാളുടെ ശിഷ്യന്മാരെയെല്ലാം ഒരു പാടത്തേക്ക് കൂട്ടിക്കൊണ്ടുപോയി. അവിടെ വളരെ പ്രസക്തമായ ഒരു കാര്യം അവർ കണ്ടു.

ആ കൃഷിക്കാരൻ മണ്ണിൽ ഒരു കുഴിയെടുക്കുകയായിരുന്നു. ജലാലുദ്ദീൻ ശിഷ്യന്മാരോട് പറഞ്ഞു, ആ വയലിനുചുറ്റും ഒന്ന് നടന്നുനോക്കുവാൻ. അയാളവിടെ ഏതാണ്ട് ഒരു ഡസനോളം കുഴികൾ കുഴിച്ചിട്ടുണ്ടായിരുന്നു. അദ്ദേഹം പറഞ്ഞു, ''വെള്ളം കിട്ടുവാൻ വേണ്ടി ഞാൻ കുഴിയെടുത്തുകൊണ്ടിരിക്കുകയായിരുന്നു, ഒരു സ്ഥലത്ത് വെള്ളം കണ്ടെത്താതിരിക്കുമ്പോൾ ഞാൻ വേറൊന്നു കുഴിക്കാൻ തുടങ്ങുന്നു.''

ജലാലുദ്ദീൻ ശിഷ്യന്മാരോട് പറഞ്ഞു, '' ഈ മനുഷ്യനെ നോക്കുക. ഇയാൾ മനുഷ്യരാശിയെ പ്രതിനിധാനം ചെയ്യുന്നു, അയാൾ ഒരിടത്തു തന്നെ കുഴിച്ചുകൊണ്ടിരുന്നുവെങ്കിൽ പണ്ടെന്നോ വെള്ളം കണ്ടെത്തിയേനെ. എന്നാൽ അയാൾ ആ സ്ഥലം മാറ്റിക്കൊണ്ടേയിരിക്കുന്നു. അയാളുടെ ക്ഷമ വളരെ ശുഷ്ക്കമാണ്. അതുകൊണ്ട് അയാൾ ഈ പാടം മുഴുവനും നശിപ്പിച്ചു കഴിഞ്ഞു.'' ഒരുവൻ ഒരിടത്തു തന്നെ സമ്പൂർണ്ണശ്രമത്തോടുകൂടി, തികഞ്ഞ അർപ്പണബോധത്തോടുകൂടി കുഴിച്ച് നോക്കേണ്ടതുണ്ട്. അപ്പോൾ മാത്രമേ ജ്ഞാനത്തിന്റെ ഉറവിടം നിങ്ങളിൽ കണ്ടെത്തുവാൻ കഴിയൂ. അതിന് എന്തുവില കൊടുക്കേണ്ടി വന്നാലും, എത്രകാലം എടുക്കേണ്ടി വന്നാലും ആ ശ്രമം തുടരേണ്ടതുണ്ട്.

വിരോധാഭാസമെന്തന്നാൽ നിങ്ങൾ എത്രകണ്ട് ക്ഷമാശീലനാണോ, അത്രവേഗത്തിൽ അത് സംഭവിക്കുന്നു; എത്രകണ്ട് അക്ഷമനാണോ അത്രയും കാലമെടുക്കുകയും ചെയ്യുന്നു. ഒരിക്കൽ നിങ്ങൾ നിങ്ങളുടെ ആന്തരിക സത്തയെ കണ്ടെത്തിക്കഴിഞ്ഞാൽ അത് ആയിരമായിരം ഗീതങ്ങളായി വിസ്ഫോടനം ചെയ്യപ്പെടുന്നു - സോളമന്റെ ഗീതംപോലുള്ള ഗീതങ്ങൾ, പ്രേമത്തിന്റെയും ആഹ്ലാദത്തിന്റെയും ഗീതങ്ങൾ, സൗന്ദര്യത്തിന്റെയും ആശീർവാദത്തിന്റെയും ഗീതങ്ങൾ.

3

പ്രദോഷമനനം

പരമാനന്ദത്തിനുവേണ്ടി ഒരാൾ പരിശ്രമിക്കേണ്ട തുണ്ട്. എങ്കിലും, ആത്യന്തികമായി, അത് അസ്തിത്വത്തിന്റെ ഒരു വരദാനമാണ്. ഇത് വിരോധാഭാസപരമായി തോന്നുന്നു, അത് യുക്തിപരമല്ല, കാരണം യുക്തി പറയുക, ഒന്നുകിൽ നിങ്ങൾ അതിനുവേണ്ടി പ്രവർത്തിക്കണം അല്ലെങ്കിൽ അതൊരു വരദാനമാണ് എന്നായിരിക്കും. പ്രവർത്തിക്കണമെങ്കിൽ നിങ്ങൾ ഒരു നേടുന്നവനാണ്; വരദാനമാണെങ്കിൽ നിങ്ങൾ പ്രവർത്തിക്കേണ്ട ആവശ്യമില്ല. കാരണം അസ്തിത്വത്തിന് നിങ്ങൾക്ക് ആ വരദാനം നൽകണമെന്ന് തോന്നുന്നുവെങ്കിൽ അത് തീർച്ചയായും നൽകും. പക്ഷേ ജീവിതം ഈ യുക്തിയെ അനുസരിക്കുന്നില്ല. എന്റെ സമീപനം എന്തെന്നാൽ ഒരുവന് ശ്രമരഹിതമായ പരിശ്രമം ആവശ്യമുണ്ട്. പരിശ്രമം ആവശ്യമാണെന്ന് കരുതുവാൻ കാരണമുണ്ട്. അതേസമയം അസ്തിത്വത്തിന്റെ കാരുണ്യത്തിലൂടെയാണ് ആ പരമമായ കാര്യം എപ്പോഴും സംഭവിക്കുന്നതെന്ന നിഗമനത്തിൽ എത്തുവാൻ പരിപൂർണ്ണസാധുവായ കാരണങ്ങളുമുണ്ട്. അത് ഇത്തരത്തിൽ മാത്രമേ മനസ്സിലാക്കപ്പെടുവാൻ കഴിയൂ: അതായത് ആ വരദാനം സ്വീകരിക്കുവാനായി നിങ്ങളെ സന്നദ്ധനാക്കുവാൻ പരിശ്രമങ്ങൾ ആവശ്യമാണ്.

സാധാരണഗതിയിൽ സ്വീകരിക്കുവാൻ പോലും നിങ്ങൾ സന്നദ്ധനല്ല; നിങ്ങളുടെ കവാടങ്ങൾ അടഞ്ഞിരിക്കുന്നു, നിങ്ങളുടെ ഹൃദയം അടഞ്ഞിരിക്കുന്നു. അസ്തിത്വം അട്ടഹസിച്ചാൽപോലും നിങ്ങൾ ചെവികൊടുക്കുകയില്ല. അസ്തിത്വം നിങ്ങളുടെ കവാടങ്ങളിൽ മുട്ടിവിളിച്ചുകൊണ്ടേയിരിക്കുന്നു. പക്ഷേ നിങ്ങൾ ഒരിക്കലും അവ തുറക്കുന്നില്ല, വാസ്തവത്തിൽ അവിടെ വാതിലുകൾ ഉണ്ടെന്നുപോലും

നിങ്ങൾ കരുതുന്നില്ല. നിങ്ങൾ നിങ്ങളുടെ യാന്ത്രികമായ, അബോധപൂർണ്ണമായ സാധാരണജീവിതം ജീവിച്ചുകൊണ്ടേയിരിക്കുന്നു. നിങ്ങളെ ബോധവാനാക്കുവാൻ പരിശ്രമങ്ങൾ ആവശ്യമാണ്. എന്നാൽ പരിശ്രമങ്ങൾക്ക് നിങ്ങളെ ബോധവാനാക്കുവാൻ മാത്രമേ കഴിയൂ, അവയ്ക്ക് പരമാനന്ദം നൽകാനാവില്ല.

എന്നാൽ നിങ്ങൾ എപ്പോഴെങ്കിലും പരമാനന്ദപൂർണ്ണനായി സ്വയം അനുഭവിക്കുന്നുവെങ്കിൽ അതിനർത്ഥം മുകളിൽ നിന്ന് എന്തോ ഇറങ്ങിവന്നിരിക്കുന്നുവെന്നാണ്. പരമാനന്ദത്തെ സാക്ഷാൽക്കരിച്ചിട്ടുള്ളവർക്ക് ഇങ്ങനെയാണ് തോന്നിയിട്ടുള്ളത്: ‘‘ഞങ്ങളുടെ പരിശ്രമങ്ങൾ ഞങ്ങളുടെ ഹൃദയത്തെ ശുചിയാക്കിയിരിക്കുന്നു. അവ ഞങ്ങളുടെ കവാടങ്ങൾ തുറന്നിരിക്കുന്നു, പ്രതിബന്ധങ്ങളെല്ലാം നീക്കിയിരിക്കുന്നു. അപ്പോൾ ഒരു ദിനം, പൊടുന്നനെ അതീതത്തിൽ നിന്ന്, ഏതോ അജ്ഞാതമായ സ്രോതസ്സിൽ നിന്ന് എന്തോ വർഷിക്കപ്പെട്ടു.’’ കൂടാതെ തിരിഞ്ഞു നോക്കുമ്പോൾ നിങ്ങളുടെ പരിശ്രമങ്ങൾ വളരെ ശുഷ്കമായിരുന്നുവെന്ന് നിങ്ങൾക്ക് കാണാം. ആ ശുഷ്കമായ പരിശ്രമങ്ങളുടെ അനന്തരഫലമാണ് ഈ അപാരമായ ആനന്ദഹർഷം എന്നുപറയാൻ നിങ്ങൾക്കാവില്ല. എന്നിരുന്നാലും അവ ആവശ്യമായിരുന്നു, അവശ്യമായും ആവശ്യമായിരുന്നു. അതൊഴിവാക്കുവാൻ കഴിയുമായിരുന്നില്ല.

പ്രഭാതമനനം

ആളുകൾ നിത്യമായ അസംതൃപ്തിയിലാണ് ജീവിക്കുന്നത് - എല്ലാ കാര്യങ്ങളിലും. അതൊരു ശീലമാണ്. കൂടുതൽ പണമുണ്ടായാൽ, ഒരു മെച്ചപ്പെട്ട വീടും മെച്ചപ്പെട്ട ഭാര്യയും മെച്ചപ്പെട്ട മകനും മെച്ചപ്പെട്ട ജോലിയുമൊക്കെ ഉണ്ടായാൽ അവർ സംതൃപ്തരായിത്തീരുമെന്നുള്ളതല്ല അത്. അവർക്കെന്തെല്ലാമുണ്ടായിരുന്നാലും അവർ അസംതൃപ്തർ തന്നെയായിരിക്കും. ദരിദ്രരായാലും അവർ അസംതൃപ്തരായിരിക്കും, ധനികരായാലും അവർ അസംതൃപ്തരായിരിക്കും.

അസംതൃപ്തി മനസ്സിന്റെ ഒരു ശീലമാണ്. അതിലൂടെയാണ് മനസ്സ് ജീവിക്കുന്നത്; മനസ്സിനെ സംബന്ധിച്ച് അന്തർനിഷ്ഠമാണത്. മനസ്സിന് ഒരിക്കലും സംതൃപ്തമാകുവാൻ കഴിയില്ല. ഒരിക്കൽ ഇതു മനസ്സിലാക്കിക്കഴിഞ്ഞാൽ ഒരു ദിവ്യാത്ഭുതം സംഭവിക്കുന്നു: അപ്പോൾ നിങ്ങൾക്ക് മനസ്സിനെ ഒരു ഭാഗത്ത് മാറ്റിനിർത്തുവാൻ കഴിയുന്നു. കാരണം അത് നിങ്ങൾക്കൊരിക്കലും സംതൃപ്തി നൽകുന്നില്ല. അതതിന്റെ പ്രകൃതമല്ല, അതുകൊണ്ട് അസംഭാവ്യമായതാണ് നിങ്ങൾ ആവശ്യപ്പെടുന്നത്.

എന്തുകൊണ്ടാണ് നിങ്ങൾ അസംതൃപ്തരായിരിക്കുന്നതെന്ന് നിങ്ങൾ മനസ്സിലാക്കുകയാണെങ്കിൽ, ബാഹ്യമായി അതിന് ഒരു ഒഴികഴിവും നിങ്ങൾക്ക് കണ്ടുപിടിക്കാനാകാതിരിക്കുകയും അത് മനസ്സിന്റെ പ്രവർത്തനമാണെന്ന് നിങ്ങൾ കാണുകയും ചെയ്യുമ്പോൾ, അപ്പോൾ ആ പ്രവർത്തനം നിങ്ങൾക്ക് ഉപേക്ഷിക്കാനാകും. അത് വളരെ എളുപ്പമാണ്. അതു കണ്ടെത്തുക എന്നതാണ് പ്രശ്നം. അതങ്ങനെയാ

ണെന്ന് ഞാൻ പറയുന്നതുകൊണ്ട് അതു വിശ്വസിക്കരുത്, നിങ്ങൾ തന്നെ അത് കണ്ടെത്തണം.

നിങ്ങളുടെ മനസ്സിനെ നിരീക്ഷിക്കുക. ഭൂതകാലത്തിലേക്ക് തിരിഞ്ഞുനോക്കുക. പലതവണ നിങ്ങൾ ചിന്തിച്ചിട്ടുണ്ട്, നിങ്ങൾക്ക് ഒരു നിശ്ചിതകാര്യം നേടുവാൻ കഴിയുകയാണെങ്കിൽ നിങ്ങൾ സന്തോഷവാനായേനെയെന്ന്. എന്നാൽ അതു ലഭിച്ചപ്പോൾ നിങ്ങൾ സന്തോഷവാനായില്ല. ഇത് പലതവണ സംഭവിച്ചിട്ടുണ്ട്. പക്ഷേ നിങ്ങൾ പാഠം പഠിക്കുന്നില്ല. ആളുകൾ വീണ്ടും വീണ്ടും ഒരേ കുഴിയിൽ തന്നെ ചാടിക്കൊണ്ടിരിക്കുന്നു.

മനസ്സിനെ നിരീക്ഷിക്കുക, അതു നിങ്ങളിൽ കളിച്ചുകൊണ്ടിരിക്കുന്ന എല്ലാ അപകടകരമായ കളികളെയും നിരീക്ഷിക്കുക. ഒരു പരിവർത്തനത്തിനായി മറ്റൊന്നും ആവശ്യമില്ല, മനസ്സെന്ന യന്ത്രസാമഗ്രിയുടെ നിരീക്ഷണം മാത്രം. ആ മനസ്സിലാക്കലിലൂടെ കാര്യങ്ങൾ സ്വയമേവ, ശ്രമരഹിതമായി, ശാന്തമായി സംഭവിക്കാൻ തുടങ്ങുന്നു.

പ്രദോഷമനനം

നമ്മുടെ വേരുകളുള്ളത് നമ്മുടെ കേന്ദ്രത്തിലാണ്. നമ്മൾ കളകളാണെങ്കിൽ അതിന്റെ വേരുകൾ നമ്മുടെ കേന്ദ്രത്തിലാണ്, പനീർ ചെടികളായിത്തീരണമെന്ന് നമുക്കാഗ്രഹമുണ്ടെങ്കിൽ ആ ചെടികളുടെ വേരുകൾ നമ്മൾ നമ്മുടെ കേന്ദ്രത്തിൽ വളർത്തേണ്ടതുണ്ട്. പുറംപരിധി അറിയുന്നത് പച്ചിലച്ചാർത്തും പുഷ്പങ്ങളും അവയുടെ സൗരഭ്യവുമാണ്. എന്നാൽ നിങ്ങൾക്ക് പുറംപരിധിയിൽ നിന്ന് കേന്ദ്രത്തിലേക്ക് നീങ്ങാനാവില്ല; നീക്കം എല്ലായ്പ്പോഴും കേന്ദ്രത്തിൽ നിന്ന് പുറംപരിധിയിലേക്കാണ്. പുറംപരിധി കേവലം ഒരു നിഴൽ മാത്രമാണ്. ആയിരക്കണക്കിനു വർഷങ്ങളായി മതപ്രവർത്തകർ, സദാചാരവാദികൾ അതുപോലുള്ള പരിഷ്കരണവാദികൾ പുറംപരിധിയെ മാറ്റിത്തീർക്കുവാൻ പ്രവർത്തിച്ചുകൊണ്ടിരിക്കുന്നതു മൂലം അവർ മാനവരാശിയിൽ ഒരു ആശയക്കുഴപ്പം സൃഷ്ടിച്ചിരിക്കുന്നു. കേന്ദ്രം തത്തുല്യമായിത്തന്നെ നിലകൊള്ളുന്നു. വേരുകൾ കളകളുടേതാണ്, എന്നാൽ പുറംപരിധിയിൽ പനിനീർപുഷ്പങ്ങൾ വരുമെന്ന് നാം പ്രതീക്ഷിച്ചുകൊണ്ടിരിക്കുന്നു– എന്നാൽ അവ ഒരിക്കലും വരുന്നില്ല. അഥവാ, അതീവകൗശലക്കാരാണ് നമ്മളെങ്കിൽ, അപ്പോൾ നമുക്ക് പ്ലാസ്റ്റിക്ക് പൂക്കളെ വാങ്ങി പുറംപരിധിയിൽ അലങ്കരിക്കാം. നമുക്ക് മറ്റുള്ളവരെ വഞ്ചിക്കാം, ഒടുവിൽ നമ്മളെത്തന്നെയും വഞ്ചിക്കാം. എന്നാൽ പ്ലാസ്റ്റിക്ക് പൂക്കൾ യഥാർത്ഥ പുഷ്പങ്ങളല്ല. അതാണ് സദാചാരപരമായ സ്വഭാവഗുണമെന്നു പറയപ്പെടുന്നത്: വെറും പ്ലാസ്റ്റിക്ക്, സിന്തറ്റിക്ക്. യഥാർത്ഥ സ്വഭാവഗുണം വളർത്തിയെടുക്കേണ്ടതാണ്, അതു പരിശീലിപ്പിക്കപ്പെടേണ്ടതല്ല, അത് ധ്യാനത്തിന്റെ സ്വാഭാവിക പരിണിതിയായി വന്നുചേരുന്നു.

പ്രഭാതമനനം

സംതൃപ്തനായ ഒരു വ്യക്തി പ്രേമം തന്നെയല്ലാതെ വേറൊന്നുമല്ല. അയാൾ പ്രേമിക്കുക പോലുമല്ല, അയാൾ കേവലം പ്രേമമാകുന്നു. അയാൾ പ്രേമത്തിനുവേണ്ടി പ്രേമിക്കുന്നു, എന്തുകൊണ്ടെന്നാൽ അതാണ് അസ്തിത്വത്തിനോടുള്ള കൃതജ്ഞത പ്രകടിപ്പിക്കുന്ന രീതി. അതാണയാളുടെ കൃതജ്ഞത, പ്രാർത്ഥന. അതിനാൽ അയാൾ ഓരോരുത്തരെയും പ്രേമിച്ചു കൊണ്ടേയിരിക്കുന്നു. തിരിച്ച് ഒന്നിനുവേണ്ടിയും അയാളാവശ്യപ്പെടുന്നില്ല. അയാൾ കേവലം കൊടുക്കുക മാത്രം ചെയ്യുന്നു, കാരണം ദൈവത്താൽ അത്രമാത്രം നല്കപ്പെട്ടിരിക്കുന്നു, അതിനാൽ അതിൽ ഒരല്പം നമ്മൾ പങ്കുവെയ്ക്കണം.

കൂടാതെ ദിവ്യാത്ഭുതമെന്തെന്നാൽ, നാം എത്രകണ്ട് പങ്കുവെയ്ക്കുന്നുവോ അത്രകണ്ട് നമ്മളിലേക്ക് വന്നുകൊണ്ടിരിക്കുകയും ചെയ്യുന്നു. ഒരിക്കൽ പങ്കുവെയ്ക്കലിന്റെ രഹസ്യവും അതിന്റെ ഗണിതവും നിങ്ങൾ പഠിച്ചു കഴിഞ്ഞാൽ അക്കാര്യത്തിൽ നിങ്ങൾക്ക് പിശുക്കനാകാനാവില്ല. നിങ്ങൾ കേവലം കഴിയുന്നത്ര പങ്കുവെച്ചു കൊണ്ടേയിരിക്കും, കാരണം നിങ്ങൾ പങ്കുവെയ്ക്കുന്തോറും അത്രയും കൂടുതൽ നിങ്ങളുടെ കൈവശം വന്നുചേരുന്നു.

നിങ്ങളുടെ പരമാനന്ദം പങ്കുവെയ്ക്കുക, പ്രേമം പങ്കുവെയ്ക്കുക, നിങ്ങളുടെ കാര്യഗ്രഹണം പങ്കുവെയ്ക്കുക, നിങ്ങൾക്കുള്ളതെല്ലാം പങ്കുവെയ്ക്കുക - എല്ലാ ആന്തരികസൗഭാഗ്യങ്ങളും. സംതൃപ്തനായ മനുഷ്യൻ പ്രേമം തന്നെയായിത്തീരുന്നുവെന്ന് പറയുമ്പോൾ ഞാൻ അനിവാര്യമായും ഉദ്ദേശിക്കുന്നത് ആ പങ്കുവെയ്ക്കലിനെയാണ്.

അതുകൊണ്ട് നിങ്ങളുടെ മനസ്സിനെ അതൃപ്തിയിൽ നിന്ന് സംതൃപ്തിയിലേക്ക് മാറ്റുകയും അതിനുശേഷം ഉണ്ടാകുന്ന ദിവ്യാത്ഭുതം കണ്ടറിയുകയും ചെയ്യുക. ആയിരമായിരം കൈവഴികളിലൂടെ, പലപലമാനങ്ങളിൽ, പല രീതികളിൽ നിങ്ങളിലൂടെ പ്രേമം ഒഴുകുവാൻ തുടങ്ങുന്നത് കണ്ടറിയുക; ജീവിതം ഭൗതികതയ്ക്ക് തിരിച്ചറിയുവാനാകാത്ത അത്രയും അപാരമായ ചാരുതയായിത്തീരുന്നു. അതു മനസ്സുകൊണ്ട് അറിയുവാനാകാത്തത്ര ആഴമുള്ളതായിരിക്കും. അത്രയും അപാരമായ ഒരു വിസ്മയം, പരമമായ ആനന്ദഹർഷം.

പ്രദോഷമനനം

പുനർജ്ജനിക്കുവാനായി മരണം വരിക്കുക! അതാണ് ക്രൈസ്തവബിംബമായ കുരിശിന്റെ അർത്ഥം. പക്ഷേ ആ പ്രതീകത്തിന്റെ അർത്ഥം ക്രിസ്ത്യാനികൾക്ക് പിടികിട്ടിയിട്ടില്ല. എല്ലാ മതങ്ങൾക്കും അവയുടെ ഉപജ്ഞാതാക്കളുടെ സന്ദേശം നഷ്ടമായിരിക്കുന്നതുപോലെ തന്നെ.

ബുദ്ധമതക്കാർക്ക് ബുദ്ധനെ പിടികിട്ടിയിട്ടില്ല, ക്രിസ്ത്യാനികൾക്ക് ക്രിസ്തുവിനെ പിടികിട്ടിയിട്ടില്ല. മുഹമ്മദീയർക്ക് മുഹമ്മദിനെയും മനസ്സിലാക്കാൻ കഴിഞ്ഞിട്ടില്ല. ക്രിസ്തുവിന്റെ അനുയായികൾ സ്വയം ക്രിസ്ത്യാനികളെന്നു വിളിച്ചുകൊണ്ടിരിക്കുകയും എന്നാലവർ വാസ്തവത്തിൽ ചെയ്യുന്നത് ക്രിസ്തുവിന്റെ അവബോധം തന്നെ നശിപ്പിച്ചുകൊണ്ടിരിക്കുകയുമാണെന്നത് വളരെ വിചിത്രപരമായൊരു പ്രതിഭാസമാണ്.

ആദ്യം ശരീരം മരിക്കുന്നു. ഒരു വേറിട്ട ശരീരം എന്ന ആശയത്തെ നിങ്ങൾ ഉപേക്ഷിക്കുവാൻ തുടങ്ങുന്നു; അതിന്റെ മണ്ടത്തരം നിങ്ങൾക്ക് കാണുവാൻ കഴിയുന്നു. ഓരോ നിമിഷവും അസ്തിത്വം നിങ്ങളിലേക്ക് പുതിയ ഊർജ്ജം പകർന്നുകൊണ്ടിരിക്കുന്നു - നിങ്ങൾക്കെങ്ങനെ സ്വയം വ്യതിരിക്തനാണെന്ന് വിചാരിക്കുവാൻ കഴിയും? നിങ്ങളുടെ ശ്വാസോച്ഛ്വാസം മുറിഞ്ഞുപോവുകയാണെങ്കിൽ നിങ്ങൾ മരിച്ചുപോകും! അത് ശ്വാസോച്ഛ്വാസത്തിന്റെ മാത്രം കാര്യവുമല്ല, നിങ്ങൾ ദിവസവും ജലവും ആഹാരവും ഉള്ളിലേക്ക് എടുക്കുന്നുണ്ട്, ദിവസവും മൃതമായിക്കഴിഞ്ഞതെല്ലാം നിങ്ങൾ പുറത്തേക്ക് കളയുന്നുണ്ട്. ജീവൻ ഉള്ളിലേക്ക് പകർന്നുകൊണ്ടിരിക്കുകയും മൃതമായവ ശരീരം പുറത്തേക്ക് കളഞ്ഞുകൊ

ണ്ടിരിക്കുകയും ചെയ്യുന്നു. അത് ഒന്നാമത്തെ മരണത്തെ പ്രതിനിധീകരിക്കുന്നു, ഒന്നാം ദിവസം.

പിന്നെ മനസ്സ്, അതു കുറച്ചുകൂടി സൂക്ഷ്മമാണ്. ചിന്തകൾ - അവയും പുറത്തുനിന്നു വരുന്നു. വായുവും വെള്ളവും ആഹാരവും പുറത്തുനിന്ന് വരുന്നതുപോലെ തന്നെ നിങ്ങളുടെ മനസ്സ് ചിന്തകളെയും എല്ലായിടത്തു നിന്നും ശേഖരിച്ചുകൊണ്ടിരിക്കുന്നു. മനസ്സ് ഒരു വ്യതിരിക്ത ഉണ്മയായി മരിക്കുന്നു.

പിന്നീട് മൂന്നാം ദിവസം ഏറ്റവും സൂക്ഷ്മമായ കാര്യം സംഭവിക്കുന്നു - അവ, ഈ മൂന്ന് ദിവസങ്ങൾ കേവലം പ്രതീകാത്മകമാണ് - വികാരം, വിചാരം, ഹൃദയം, മരിക്കുന്നു. അതിനുശേഷം ഉയിർത്തെഴുന്നേൽപ്പുണ്ട്. ഇവ മൂന്നും അപ്രത്യക്ഷമായിക്കഴിയുമ്പോൾ, അസ്തിത്വവുമായി ഒന്നായിത്തീർന്നുകഴിയുമ്പോൾ, പൊടുന്നനെ നിങ്ങൾ നിങ്ങളുടേതല്ലാത്ത ഒരു സത്തയെക്കുറിച്ച് ബോധവാനായിത്തീരുന്നു. അത് പ്രാപഞ്ചികമാണ്. അതാണ് ഉയിർത്തെഴുന്നേൽപ്പ്.

പ്രഭാതമനനം

ആദ്യം സംതൃപ്തനായിത്തീരുക, അതിനുശേഷം നിങ്ങളുടെ ജീവിതംതന്നെ മറ്റുള്ളവർക്ക് ആനന്ദത്തിന്റെ ഉറവിടമായിത്തീരും, അതാണ് യഥാർത്ഥമായ ഒരേയൊരു സേവനം - അല്ലാതെ ക്രൈസ്തവ മിഷനറിമാർ സാധാരണ ചെയ്തുകൊണ്ടിരിക്കുന്ന സേവനമല്ല. അതൊരു കള്ളക്കളിയല്ലാതെ മറ്റൊന്നുമല്ല. അത് സേവനത്തിന്റെ പേരിൽ ആളുകളെ ചൂഷണം ചെയ്യലാണ്. ആളുകളെ മതംമാറ്റൽ, അതൊരു രാഷ്ട്രീയ വിനോദമാണ്. അവരെ മതംമാറ്റിക്കൊണ്ടിരിക്കുന്ന ആളുകൾ സ്വയം മാറിയിട്ടില്ല.

മാർഗ്ഗംകൂടൽ എന്നാൽ ഒരു മതസംഘടനയിലേക്ക് മാറൽ എന്നല്ല അർത്ഥം, അതിന്റെ അർത്ഥം അവബോധപരമായ ഒരു മാറ്റമെന്നാണ്. മാർഗ്ഗംകൂടൽ എന്നതിന്റെ കൃത്യമായ അർത്ഥം അതാണ്. നിങ്ങൾ ഇനി ഉറക്കത്തിലല്ല, ഉണർന്നിരിക്കുകയാണ്, നിങ്ങളിൽ ഇനി ചിന്തകളുടെയും ഓർമ്മകളുടെയും കാമനകളുടെയും ചപ്പുചവറുകൾ നിറഞ്ഞിരിക്കുന്നില്ല, നിങ്ങൾ അങ്ങേയറ്റം നിശ്ശബ്ദനായിരിക്കുന്നു - അതാണ് മതംമാറ്റം. തല അപ്രത്യക്ഷമായിക്കഴിഞ്ഞു - നിങ്ങൾ ഇനിമേൽ ഒരു തലക്ക് അടിപ്പെട്ട വ്യക്തിയല്ല - അതിന്റെ സ്ഥാനം ഹൃദയം ഏറ്റെടുത്തിരിക്കുന്നു, നിങ്ങൾ ശിരോരഹിതനും കേവലം ഒരു പരിശുദ്ധഹൃദയവും ആയിത്തീർന്നിരിക്കുന്നു - അതാണ് മതംമാറ്റം. ഒരു ഹിന്ദു ക്രിസ്ത്യാനിയായിത്തീരുന്നതോ അല്ലെങ്കിൽ ഒരു ക്രിസ്ത്യാനി ഒരു ഹിന്ദുവായിത്തീരുന്നതോ അല്ലത് - അത് വെറും മണ്ടത്തരമാണ്, വെറുതെ തടവറകൾ മാറ്റൽ, ഒരു തടവറയിൽ നിന്ന് മറ്റേ തടവറയിലേക്ക് മാറൽ. അത് മാർഗ്ഗംകൂടലല്ല.

മാർഗ്ഗംകൂടൽ ആന്തരികമായ ചിലതാകുന്നു. എനിക്കറിയാവുന്ന ഒരേയൊരു മാർഗ്ഗംകൂടൽ മനസ്സിൽ നിന്ന് ധ്യാനത്തിലേക്കുള്ളതാണ്. കാരണം അത് നിങ്ങളുടെ സത്തയെ മുഴുവനും മാറ്റിത്തീർക്കുന്നു. അതൃപ്തിയിൽ നിന്നും അത് നിങ്ങൾക്ക് അപാരമായ സംതൃപ്തി കൊണ്ടുതരുന്നു.

പ്രദോഷമനനം

ധ്യാനം പ്രവൃത്തിചെയ്യലേയല്ല, അത് പരിശുദ്ധമായൊരു അവബോധമാണ്. എന്നാൽ ഒരു ദിവ്യാത്ഭുതം സംഭവിക്കുന്നു, ജീവിതത്തിലെ ഏറ്റവും വലിയ ദിവ്യാത്ഭുതം. നിങ്ങൾ നിരീക്ഷിച്ചു കൊണ്ടേയിരിക്കുകയാണെങ്കിൽ, അപാരവും അമൂല്യവുമായ കാര്യങ്ങൾ സംഭവിക്കാൻ തുടങ്ങുന്നതുകാണാം. നിങ്ങളുടെ ശരീരം അഴകാർന്നതായിത്തീരുന്നു. ശരീരം പിന്നീട് അസ്വസ്ഥമല്ല, പിരിമുറുക്കുള്ളതല്ല; ശരീരത്തിന്റെ ഭാരം കുറയുന്നു. അത് ഭാരമില്ലാത്തതായിത്തീരുന്നു. വലിയൊരു ഭാരം, പർവ്വതസമാനമായ ഭാരങ്ങൾ നിങ്ങളുടെ ശരീരത്തിൽ നിന്ന് ഒഴിഞ്ഞു പോകുന്നത് നിങ്ങൾക്ക് കാണുവാൻ കഴിയും. ശരീരത്തിൽ നിന്നും എല്ലാത്തരത്തിലുമുള്ള വിഷാംശങ്ങൾ, വിഷലിപ്തമായ പദാർത്ഥങ്ങൾ, ഒഴിഞ്ഞുപോവുകയും അത് പരിശുദ്ധമായിത്തീരുവാൻ തുടങ്ങുകയും ചെയ്യുന്നു. മനസ്സ് പഴയതുപോലെ അത്ര സജീവമല്ലെന്ന് നിങ്ങൾക്ക് കാണാം, അതിന്റെ പ്രവർത്തനം കുറഞ്ഞുകുറഞ്ഞുവരികയും ഇടവേളകൾ, ചിന്താരഹിതമായ ഇടവേളകൾ ഉയർന്നുവരികയും ചെയ്യുവാൻ തുടങ്ങുന്നു. ആ ഇടവേളകളാണ് ഏറ്റവും മനോഹരമായ അനുഭവങ്ങൾ. കാരണം ആ ഇടവേളകളിലൂടെ, മനസ്സിന്റെ ഇടപെടൽകൂടാതെ കാര്യങ്ങളെ അതേപടി കാണുവാൻ നിങ്ങൾക്ക് കഴിയുന്നു.

പതുക്കെപ്പതുക്കെ നിങ്ങളുടെ മനോനിലകളുടെ തീവ്രത അപ്രത്യക്ഷമാകാൻ തുടങ്ങുന്നു. നിങ്ങൾ മേലിൽ അതിസന്തോഷവാനോ അതിസന്താപവാനോ ആകുന്നില്ല. സന്തോഷവും സന്താപവും തമ്മിലുള്ള വ്യത്യാസം കുറഞ്ഞുവരുവാൻ തുട

ങ്ങുന്നു. താമസിയാതെ ഒരു സന്തുലനമുഹൂർത്തം വന്നുചേരുന്നു, നിങ്ങൾ സന്താപിയോ സന്തോഷവാനോ അല്ല. അതാണ് പരമാനന്ദം അനുഭവപ്പെടുന്ന നിമിഷം. ആ ശാന്തി, ആ നിശ്ശബ്ദത, ആ സന്തുലനമാണ് പരമാനന്ദം. ഇനി കൊടുമുടികളോ താഴ്വരകളോ ഇല്ല. ഇരുണ്ട രാത്രികളോ നിലാവുള്ള രാത്രികളോ ഇല്ല; ആ ധ്രുവാത്മകതകളെല്ലാം അപ്രത്യക്ഷമാകുന്നു. നിങ്ങൾ ആ മധ്യത്തിൽ തന്നെ കൃത്യമായും ഉപവിഷ്ടനാകുന്നു.

ഈ ദിവ്യാത്ഭുതങ്ങളെല്ലാം കൂടുതൽക്കൂടുതൽ ആഴമേറിയതായിരിക്കുകയും ഒടുവിൽ നിങ്ങളുടെ ശരീരം സമ്പൂർണ്ണസന്തുലനത്തിൽ ആവുകയും ചെയ്യുമ്പോൾ, നിങ്ങളുടെ മനസ്സ് തികഞ്ഞ നിശ്ശബ്ദതയിലാവുകയും ഹൃദയത്തിൽ കാമനകളില്ലാതിരിക്കുകയും ചെയ്യുമ്പോൾ, ഒരു വമ്പൻ കുതിച്ചുചാട്ടം നിങ്ങളിൽ സംഭവിക്കുന്നു; പെട്ടെന്ന് ആ നാലാമത്തേതിനെക്കുറിച്ച് നിങ്ങൾ ബോധവാനായിത്തീരുന്നു - മുമ്പൊരിക്കലും നിങ്ങൾ ബോധവാനായിട്ടില്ലാത്ത അതിനെക്കുറിച്ച്. അതാണ് നിങ്ങൾ, ആ നാലാമത്തേത്. നിങ്ങൾക്കതിനെ ആത്മാവെന്ന് വിളിക്കാം. സ്വന്തം സത്ത എന്നുവിളിക്കാം. ദൈവം എന്നോ, നിങ്ങൾക്ക് ഇഷ്ടമുള്ളതെന്തും വിളിക്കാം, അത് നിങ്ങൾ തീരുമാനിക്കുക. പേര് എന്തായാലും കുഴപ്പമില്ല. കാരണം അതിന് അതിന്റേതായി ഒരു പേരുമില്ല...

ആ നിമിഷത്തിൽ എല്ലാം പ്രകാശമാകുന്നു - നിങ്ങളുടെ അകക്കണ്ണ് തുറന്നു കഴിഞ്ഞു. ആ അകക്കണ്ണിലൂടെയും ആ പ്രകാശത്തിലൂടെയും മാത്രമേ ഒരാൾ അസ്തിത്വത്തിന്റെ സത്യത്തെക്കുറിച്ച് ബോധവാനായിത്തീരുന്നുള്ളൂ. ആ സത്യം മോക്ഷം നൽകുകയും ചെയ്യുന്നു.

പ്രഭാതമനനം

കൂടുതൽക്കൂടുതൽ പ്രസന്നനായിത്തീരുക. അതിനുള്ള ഒരവസരവും ഒഴിവാക്കാതിരിക്കുക. ആളുകൾ വെറും മണ്ടന്മാരാണ്, അവർ ദുഃഖിതരാകാനുള്ള ഒരവസരവും ഒഴിവാക്കുന്നില്ല. അതുണ്ടാകുവാൻ ഒരവസരവുമില്ലെങ്കിൽപ്പോലും, അവർ അതു കണ്ടുപിടിക്കുന്നു, ഭാവനയിൽ കണ്ടെത്തുന്നു. വർത്തമാനത്തിലില്ലെങ്കിൽ അവർ ഭൂതത്തിൽ തപ്പിനോക്കുന്നു. ഭൂതത്തിലുമില്ലെങ്കിൽ അവർ ഭാവിയെക്കുറിച്ച് ചിന്തിച്ചുതുടങ്ങുന്നു. എന്നാലും എങ്ങനെയെങ്കിലും വേവലാതിപ്പെടുവാൻ, ചിന്തിച്ച് ദുഃഖിക്കുവാൻ എന്തെങ്കിലും കണ്ടെത്തിയേ തീരൂ. ഈ ലോകം നിറയെ ദുഃഖമായിരിക്കുന്നതിൽ യാതൊരത്ഭുതവുമില്ല.

പരമാനന്ദത്തിന്റെ കാര്യത്തിലാണിത് ചെയ്യേണ്ടത്: ഒരവസരവും ഒഴിവാക്കാതിരിക്കുക. ദിവസവും ആയിരത്തൊന്നവസരങ്ങൾ ഉണ്ടാകുന്നുണ്ട്. ജാഗരൂകനായി കഴിയുമ്പോൾ നിങ്ങളത്ഭുതപ്പെടും, ഇന്നോളം എത്രമാത്രം അവസരങ്ങളാണ് നിങ്ങൾ നഷ്ടപ്പെടുത്തിക്കൊണ്ടിരിക്കുന്നത്! ഓരോ ചുവടുവെപ്പിലും അവസരങ്ങളുണ്ട്. അവ കണ്ടുപിടിക്കേണ്ട കാര്യമില്ല, ഭാവനയിൽ സൃഷ്ടിക്കേണ്ട കാര്യമില്ല, സദാ വന്നുകൊണ്ടിരിക്കുന്നു - ദൈവം സദാ വർഷിച്ചുകൊണ്ടിരിക്കുന്നു. പക്ഷേ നമുക്ക് തെറ്റായ ഒരു മനോഭാവം ശീലമായിക്കഴിഞ്ഞിരിക്കുന്നു, ജീവിതത്തിനുനേരെയുള്ള ഒരു തെറ്റായ, നിഷേധാത്മകമായ സമീപനം. നമ്മൾ മുള്ളുകളെ തെരഞ്ഞെടുക്കുകയും പുഷ്പങ്ങളെ അവഗണിക്കുകയും ചെയ്യുന്നു.

നിങ്ങൾ മുള്ളുകളെ തന്നെ തെരഞ്ഞെടുക്കുക

യും പുഷ്പങ്ങളെ അവഗണിക്കുകയും ചെയ്തുകൊണ്ടിരിക്കുകയാണെങ്കിൽ അധികം താമസിയാതെ നിങ്ങൾക്കുവേണ്ടി പുഷ്പങ്ങൾ ഉണ്ടാവുകയില്ല, മുള്ളുകൾ മാത്രമേ ഉണ്ടാവൂ. പുഷ്പങ്ങൾ പോലും മുള്ളുകളായി മാറും. കാരണം നിങ്ങളുടെ സമീപനമാകെ അത്തരത്തിലുള്ളതായിരിക്കും. ഒരു പുഷ്പം നിങ്ങളെ ഓർമ്മിപ്പിക്കുക മുള്ളുകളെ മാത്രമായിരിക്കും. നേരെമറിച്ചും സംഭവിക്കുന്നു: നിങ്ങൾ പൂക്കളെ തെരഞ്ഞെടുക്കുകയാണെങ്കിൽ മുള്ളുകൾ പോലും നിങ്ങളെ ഓർമ്മിപ്പിക്കുക മനോഹരമായ പുഷ്പങ്ങളെയായിരിക്കും. ക്രമേണ മുള്ളുകൾ അപ്രത്യക്ഷമായിത്തീരുകയും ജീവിതമാകെത്തന്നെ പുഷ്പങ്ങളാൽ നിറയുകയും ചെയ്യും, അതൊരു വസന്തമായിത്തീരും.

അപ്പോൾ ദൈവം അതിവിദൂരത്തിലല്ല, അവൻ വളരെ അടുത്താണ്. പരമാനന്ദം സംഭവിച്ചു തുടങ്ങിയാൽ നിങ്ങൾക്കവനെ നിങ്ങളുടെ ഹൃദയത്തേക്കാളരികിൽ അനുഭവപ്പെടുന്നു, നിങ്ങളുടെ സ്വന്തം ഹൃദയസ്പന്ദനത്തേക്കാളരികെ.

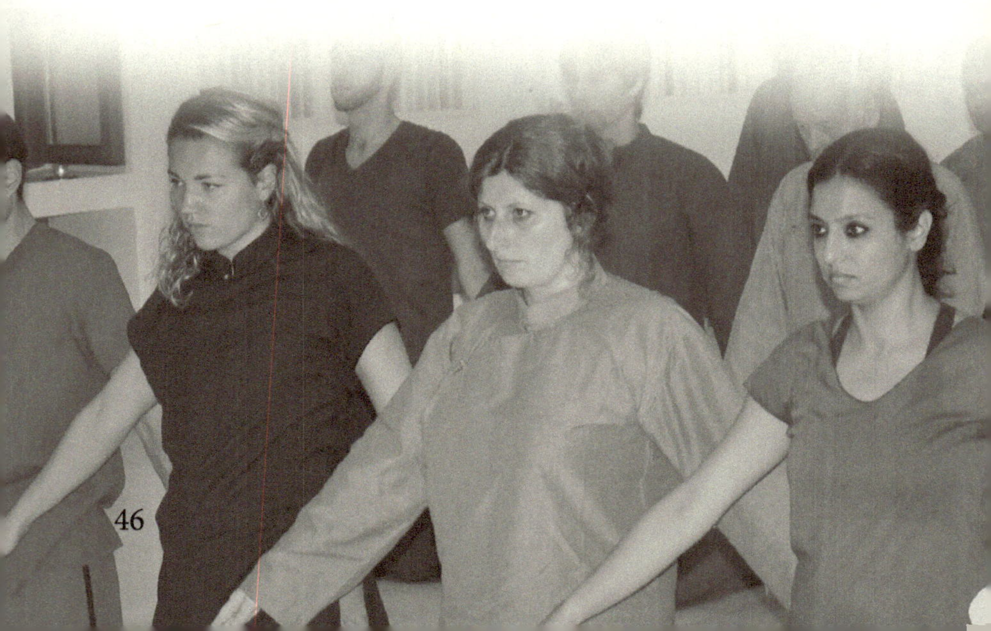

പ്രദോഷമനനം

എല്ലാ കാമനകളും അപ്രത്യക്ഷമാകുമ്പോൾ നിങ്ങൾ ശരീരത്തിലേക്ക് തിരിച്ചു വരുന്നില്ല, മറിച്ച് പ്രാപഞ്ചികാവബോധത്തിൽ തന്നെ അനന്തതയുടെ ഭാഗമായി നിങ്ങൾ നിലനിൽക്കും. അതാണ് പൂർവ്വ ദേശത്ത് നാം നിർവ്വാണം എന്നുപറയുന്നത്, അവബോധത്തിന്റെ പരമമായ അവസ്ഥ. ഒരു ശരീരത്തിന്റെ ആവശ്യമില്ലാതാകുമ്പോൾ, വീണ്ടും തടവറയിൽ അടക്കപ്പെടേണ്ട ആവശ്യമില്ലാതാകുമ്പോൾ, നാം അതിനെ പരമമായ സ്വാതന്ത്ര്യം, മുക്തി എന്നുവിളിക്കുന്നു. കാരണം ഒരു ശരീരത്തിലായിരിക്കുകയെന്നത് ഒരു ബന്ധനമാണ്. തീർച്ചയായും അത് വളരെ പരിമിതമായ ഒരു കാര്യമാണ്, നിങ്ങളാക്കട്ടെ അപരിമിതവും. അത് അപരിമിതത്തെ അത്രയും പരിമിതമായ, ശരീരമെന്ന കൊച്ചുലോകത്തിൽ തളച്ചിടലാണ്. അതുകൊണ്ടാണ് നിരന്തരമായ സംഘർഷം, അസ്വസ്ഥത; ഒരാൾക്ക് തന്റെ വളർച്ച മുരടിച്ചതായിത്തോന്നുന്നു, താൻ ഞെരുങ്ങിപ്പോകുന്നതായി തോന്നുന്നു. നിൽക്കാൻ ഇടമില്ലാത്തവിധം തിങ്ങിക്കൂടിപ്പോകുന്നതായി, തടവിലാക്കപ്പെട്ടതായി, ചങ്ങലക്കിട്ടതായി തോന്നുന്നു.

ഒരുവന് അതിനെക്കുറിച്ച് കൃത്യമായ ഒരു ബോധമുണ്ടായിരിക്കണമെന്നില്ല. എങ്കിലും അവ്യക്തമായി എന്തോ തകരാറുള്ളതുപോലെ എല്ലാവർക്കും തോന്നുന്നുണ്ട്. തകരാറ് ഇതാണ്: നാം അനന്തമാണ്, അപരിമിതമാണ്, എന്നാൽ ശരീരമെന്ന കൊച്ചുലോകത്തിലൂടെ നിലനിൽക്കുവാൻ ശ്രമിക്കുകയാണു നാം.

അവബോധം നിങ്ങളെ ശരീരത്തിൽ നിന്ന് സ്വതന്ത്രമാക്കുന്നു. നിങ്ങൾ ശരീരമല്ലെന്ന് അറിയുന്ന

നിമിഷം, ആ നിമിഷത്തിൽ തന്നെ, ശരീരത്തിലൂടെ നിറവേറപ്പെടാവുന്ന എല്ലാ കാമനകളും അപ്രത്യക്ഷമാകുന്നു. ഒരു ഇരുണ്ട മുറിയിലേക്ക് വെളിച്ചം കൊണ്ടുവരുന്നതുപോലെയാണത് - ഇരുട്ട് അപ്രത്യക്ഷമാകുന്നു. അവബോധം പ്രവർത്തിക്കുന്നത് വെളിച്ചത്തെപ്പോലെയാണ്. കാമനകളെല്ലാം അന്ധകാരമല്ലാതെ മറ്റൊന്നുമല്ല.

പ്രഭാതമനനം

ഓർക്കുക: മനുഷ്യൻ ഈ ലോകത്തിലേക്കു വരുന്നത് ഒരൊഴിഞ്ഞ ക്യാൻവാസായിട്ടാണ്. ദൈവം നിങ്ങൾക്ക് ഒരു കാര്യപരിപാടിയും നൽകുന്നില്ല. നിങ്ങളെ പ്രോഗ്രാം ചെയ്തുവിടുന്നതല്ല. വിധി എന്നുപറയുന്ന ഒന്നുമില്ല. അത് ഭീരുക്കളുടെ കണ്ടുപിടുത്തമാണ്. സ്വന്തം ജീവിതത്തിലൂടെ യാതൊന്നും സൃഷ്ടിക്കണമെന്നില്ലാത്ത, അത്രയും മടിയന്മാരായ, അത്രയും ഭീരുക്കളായ ആളുകളുടെ കണ്ടുപിടുത്തമാണത്. ഒരു അപകടസാധ്യതയും ഏറ്റെടുക്കുവാൻ തയ്യാറല്ലാത്ത അലസന്മാരുടെ കണ്ടുപിടുത്തം. അവർ എല്ലാ ഉത്തരവാദിത്വവും ദൈവത്തിന്മേൽ കെട്ടിവെക്കുന്നു. അവരതിനെ വിധി എന്നും കർമ്മം എന്നും കിസ്മത്ത് എന്നും ഒരായിരം പേരുകൾ വിളിക്കുന്നു. പക്ഷേ അവയെല്ലാം അടിസ്ഥാനപരമായി ഉത്തരവാദിത്വത്തിൽ നിന്ന് ഒഴിഞ്ഞുമാറുവാനുള്ള തന്ത്രങ്ങളാണ്. ‘‘എന്റെ ജീവിതം എന്റെ ഉത്തരവാദിത്വമാണ്, ഞാൻ എന്തൊക്കെയാണോ ഞാനാണത് അങ്ങനെയാക്കിയത്, നാളെ ഞാൻ എന്തൊക്കെയാകുവാൻ പോകുന്നുവോ അതെല്ലാം ഞാൻ ഇന്ന് സൃഷ്ടിച്ചുകൊണ്ടിരിക്കുകയാണ്. ഇന്നലെയുടെ കാര്യത്തിൽ ഇനി ഒന്നും ചെയ്യാനാവില്ല. അതിനെക്കുറിച്ച് ചിന്തിക്കേണ്ട കാര്യമില്ല, അത് പൂർത്തീകരിക്കപ്പെട്ടുകഴിഞ്ഞു. എന്നാൽ ഇന്ന് ഇപ്പോഴും എനിക്ക് സുലഭ്യമായിരിക്കുന്നു. ഈ ഇന്നിൽ നിന്നുമാണ് വരാനിരിക്കുന്ന നാളെകളെല്ലാം പിറക്കുന്നത്’’ എന്ന ഉത്തരവാദിത്വം. കൂടാതെ ഒരുവൻ ഒരൽപ്പം ജാഗരൂകനാണെങ്കിൽ വെറും ഒരു സ്പർശത്തിന് കഥ മുഴുവൻ മാറ്റുവാനും കഴിയും.

നമ്മൾ എന്തുതന്നെയാണെങ്കിലും അതിനു തീർത്തും ഉത്തരവാദി നാം തന്നെയാണ്; ഇതാണ്

അംഗീകരിക്കപ്പെടേണ്ട ഒന്നാമത്തെ കാര്യം. തുടക്കത്തിൽ അത് നമ്മെ മുറിപ്പെടുത്തും. കാരണം അഹംബോധം വല്ലാതെ ചിതറിപ്പോകുന്നതായി അനുഭവപ്പെടും: "അത് എന്റെ സ്വന്തം ഉത്തരവാദിത്വമാണോ? അപ്പോൾ ഞാനാണോ ഈ കുഴഞ്ഞുമറിഞ്ഞ അവസ്ഥ ഉണ്ടാക്കിയത്? ഞാൻ ആയിരിക്കുന്ന ആ അവ്യവസ്ഥ മുഴുവനും ഞാൻ ഉണ്ടാക്കിയതോ?" അത് അഹംബോധത്തെ വേദനിപ്പിക്കുന്നു. എന്നാൽ നാം അതു മനസ്സിലാക്കുകയാണെങ്കിൽ, അതിനൊരു പുതുജീവിതത്തിന്റെ തുടക്കമാകുവാൻ കഴിയും. വെറും ഒന്നോ രണ്ടോ ഇടി, മ്ലാനമായ മുഖം ഒരു പുഞ്ചിരി തൂകുന്ന മുഖമായി മാറിയേക്കാം.

നാം എന്താണോ ചെയ്യേണ്ടത്, അത് ഇന്നുതന്നെ ചെയ്യപ്പെടേണ്ടതാണ്, കാരണം ഇന്നലെ ഇനിയില്ല, നാളേ ഇങ്ങുവന്നെത്തിയിട്ടുമില്ല. നമുക്ക് ലഭ്യമായിട്ടുള്ളത് ആകപ്പാടെ ഇന്ന് മാത്രമാണ്. ഇന്നുതന്നെ ആവശ്യത്തിനു വേണ്ടുവോളം മതി.

പ്രദോഷമനനം

ഒരു ഭൗതികജനനമുണ്ട് - എല്ലാവരും അതിലൂടെ കടന്നുവന്നിട്ടുണ്ട് - പക്ഷേ അതു നിങ്ങൾക്ക് ശരീരമനസ്സ് എന്ന സങ്കീർണ്ണത മാത്രമാണ് നൽകുന്നത്. ആദ്ധ്യാത്മികമായി ജനിക്കപ്പെടുവാനുള്ള ഒരവസരം മാത്രമേ അതു നിങ്ങൾക്ക് നൽകുന്നുള്ളൂ. രണ്ടാമതൊരു ജനനം സംഭവിക്കുന്നില്ലെങ്കിൽ ഒരുവൻ യഥാർത്ഥത്തിൽ ജീവിച്ചിട്ടില്ല. അയാൾ ഒരവസരം മാത്രമായിരുന്നു, വെറും ഒരു വിത്ത്, ആ വിത്ത് ഒരിക്കലും മുളപൊട്ടിയില്ല, ഒരിക്കലും അതൊരു വൃക്ഷമായില്ല. ആ വിത്തിനെ സംബന്ധിച്ച് ഒരു വസന്തവും സംഭവിച്ചില്ല, ഒരു പുഷ്പീകരണവും നടന്നില്ല, ഒരു സൗരഭ്യവും ഉണ്ടായില്ല.

നിങ്ങൾക്ക് ഔപചാരികമായ രീതിയിലുള്ള ഒരു മതം നൽകുവാനല്ല എന്റെ പരിശ്രമം, ഒരു സഭയോ അല്ലെങ്കിൽ അള്ളിപ്പിടിക്കുവാൻ ഒരു തത്ത്വസംഹിതയോ നൽകുവാനല്ല ഞാൻ പരിശ്രമിക്കുന്നത്, മറിച്ച് നിങ്ങൾക്കൊരു നവീനസത്ത, ഒരു നവമാനവികത, ഒരു നവ്യമായ അവബോധം നൽകുവാനാണ് എന്റെ പരിശ്രമം.

ഒരാൾ രണ്ടു കാര്യങ്ങളിലൂടെ കടന്നുപോകേണ്ടതുണ്ട്: ഒന്നാമത്തേത് ഒരു മരണമാണ്, പഴയതിന്റെ മരണം, ഭൂതത്തിന്റെ മരണം. ഇന്നുവരെ നിങ്ങൾ ജീവിച്ചുപോന്ന ആ രീതിയുടെ മരണം. രണ്ടാമത്തേത് ഒരു പുനർജനനമാണ്. പുതുതായി തുടങ്ങുക, നിങ്ങൾ ജനിച്ചത് ഇന്നാണ് എന്നപോലെ. അതൊരു രൂപകം മാത്രമല്ല, അതങ്ങനെതന്നെയാണ്. നിങ്ങൾ ഇന്നാണ് ജനിച്ചത്. ഇത് നിങ്ങളുടെ ഹൃദയത്തിന്റെ അഗാധതയിലേക്ക് മുങ്ങിത്താഴട്ടെ, അങ്ങനെ നിങ്ങൾക്ക് ഭൂതകാലവുമായുള്ള തുടർച്ച മുറിച്ചുമാറ്റുവാൻ കഴിയുമാറാകട്ടെ. അതോടുകൂടി രാത്രി അവസാനിക്കുന്നു. ചക്രവാളത്തിൽ സൂര്യൻ ഉദിച്ചുയർന്നിരിക്കുന്നു.

പ്രഭാതമനനം

എല്ലാ കറുത്തമേഘത്തിനും ഒരു വെള്ളിരേഖയുണ്ട് എന്ന പഴഞ്ചൊല്ല് കണ്ടുപിടിച്ച ആളുകളുണ്ട്; അതുപോലെ തന്നെ എല്ലാ വെള്ളിരേഖയ്ക്കും അനുബന്ധമായി ഒരു കാർമേഘമുണ്ട് എന്നു പറയുന്ന ആളുകളുമുണ്ട്. രണ്ടുകൂട്ടരും ശരിതന്നെ. ഞാൻ പറയുന്നത് അവരിൽ ഒരാൾ ശരിയെന്നോ മറ്റേയാൾ തെറ്റേന്നോ അല്ല; രണ്ടുപേരും ശരിയാണ്.

ചില ആളുകൾ ചിന്തിക്കുന്നത്, രണ്ടു രാത്രികൾക്കിടയിൽ ഒരു പകൽ മാത്രമേയുള്ളൂ എന്നാണ്. എന്നാൽ രണ്ടു പകലുകൾക്കിടയിൽ ഒരു രാത്രി മാത്രമേയുള്ളൂ എന്നു കരുതുന്നവരുമുണ്ട്. രണ്ടുപേരും ശരിയാണ്. നിങ്ങളെ സംബന്ധിച്ച് അതുകൊണ്ടെന്തുകാര്യം? നിങ്ങൾ നിഷേധാത്മകമായ രീതിയിലാണ് ചിന്തിക്കുന്നതെങ്കിൽ നിങ്ങളുടെ ജീവിതം ദുഃഖമായിരിക്കും; ദുഃഖിതനായ ഒരു വ്യക്തിക്ക് എങ്ങനെ ഒരു മതാത്മകനാകാൻ കഴിയും? അവന് ദൈവത്തോട് നന്ദി പറയുവാൻ എന്തുണ്ട്? ആനന്ദവാനായ ഒരു വ്യക്തിക്കുമാത്രമേ മതാത്മകനാകുവാൻ കഴിയൂ. കാരണം അവന് ദൈവത്തോട് നന്ദി പറയുവാൻ അത്രയേറെ ഉണ്ട്. എന്നും അവനുമേൽ പുഷ്പങ്ങൾ വർഷിച്ചുകൊണ്ടേയിരിക്കുന്നു.

ഒരു നൂറുനില കെട്ടിടത്തിന്റെ മുകളിൽ നിന്ന് താഴേക്ക് വീണ മനോഹരനായ ഒരു റബ്ബിയെക്കുറിച്ച് ഞാൻ കേട്ടിട്ടുണ്ട്. ആ റബ്ബി അറിയപ്പെടുന്നവനായിരുന്നു. ആ കെട്ടിടത്തിൽ അങ്ങോളമിങ്ങോളം എല്ലാവർക്കും അയാളെ അറിയാമായിരുന്നു. ആളുകളെല്ലാം അവരുടെ ജനാലകളിൽ നിന്ന് പുറത്തേക്കു നോക്കിക്കൊണ്ട് ചോദിച്ചു, ''അങ്ങേയ്ക്ക്, എങ്ങനെയുണ്ട്?''

അപ്പോൾ അയാൾ പറഞ്ഞു, ''ഇത്രത്തോളം ഇത്രയും നല്ലത്. ഇത്രത്തോളം, ഇത്രയും നല്ലത്!'' ഇങ്ങനെ പറഞ്ഞുകൊണ്ട് അയാൾ താഴേക്ക് താഴേക്ക് വീണുകൊണ്ടിരുന്നു. അതാണ് ശരിയായ കാര്യം: ഇത്രത്തോളം ഇത്രയും നല്ലത്. അടുത്തതായി എന്താണ് സംഭവിക്കുന്നതെന്നതിനെക്കുറിച്ച് ആരു ഗൗനിക്കുന്നു? അത് സംഭവിക്കാൻ പോകുന്നുവെങ്കിൽ സംഭവിക്കുക തന്നെ ചെയ്യും. പക്ഷേ, അവസാനം വരെ ''ഇത്രത്തോളം, ഇത്രയും നല്ലത്'' എന്ന് പറയുവാൻ കഴിയുന്ന മനുഷ്യനെ സംബന്ധിച്ചിടത്തോളം അയാളുടെ അവസാനവും തികച്ചും വ്യത്യസ്തമായിരിക്കും. കാരണം അയാളുടെ സമീപനത്തിന്റെയാകെ സംഭരണമായിരിക്കുമത്. അത് ഒന്നുമില്ലായ്മയിൽനിന്ന് വന്നെത്തുന്നതാവാൻ സാധ്യതയില്ല. അതവന്റെ സത്തയിൽ നിന്ന് വരുന്നതാണ്. അവന്റെ മരണവും മനോഹരമായിരിക്കും.

9

പ്രദോഷമനനം

മനുഷ്യന് അവനിൽ മൂന്ന് ഊർജ്ജ സ്രോതസ്സുകളുണ്ട്. ഒന്ന് ശരീരമാണ്, മറ്റേത് മനസ്സ്, മൂന്നാമത്തേത് ഹൃദയവും. ഇവ മൂന്നും സംഗമിക്കുകയും സംലയിച്ച് ഒന്നായിത്തീരുകയും ചെയ്യുന്നിടത്ത് ആ നാലാമത്തേത് ഉയർന്നു വരുന്നു. ആ നാലാമത്തേതിനെ ഒരു ശരീരമെന്നോ മനസ്സെന്നോ ഹൃദയമെന്നോ വിളിക്കാനാവില്ല. അതിനാൽ അതിനെ കേവലം നാലാമത്തേത്, 'തുരിയ' എന്ന് വിളിക്കുന്നു, അതിനൊരു പേരും നൽകപ്പെട്ടിട്ടില്ല. ആ നാലാമത്തേതിന്റെ ഉദയം ആ ദിവ്യമായതിന്റെ പരിവർത്തനത്തിന്റെ ആരംഭമാകുന്നു, യഥാർത്ഥജീവിതത്തിന്റെ, ആധികാരികജീവിതത്തിന്റെ, നിത്യജീവിതത്തിന്റെ, ദൈവികജീവിതത്തിന്റെ തുടക്കമാകുന്നു.

ഈ മൂന്ന് പ്രവാഹങ്ങളും എല്ലാവരിലും നിലനിൽക്കുന്നുണ്ടെങ്കിലും അവ അപൂർവ്വമായി മാത്രമേ സംഗമിക്കാറുള്ളൂ. വാസ്തവത്തിലവ വ്യത്യസ്ത ദിശകളിലാണ് നീങ്ങുന്നത്. മനസ്സ് ഒരുവശത്തേക്ക് വലിക്കുന്നു, ഹൃദയം മറ്റൊരു വശത്തേക്ക്, ശരീരത്തിന് അതിന്റേതായ ഒരു വഴിയുമുണ്ട്. അവ ഒരിക്കലും യോജിക്കുന്നില്ല.

നിങ്ങളുടെ ആന്തരികപ്രവർത്തനങ്ങളെ നിരീക്ഷിച്ചാൽ നിങ്ങളതിശയപ്പെടും. അവ ഒരിക്കലും യോജിക്കുന്നില്ല. ശരീരം പറയുന്നു, ''മതി. ഇനി തിന്നരുത്, എനിക്ക് നിറഞ്ഞിരിക്കുന്നു.'' പക്ഷേ മനസ്സ് പറയുന്നു, ''ഐസ്ക്രീം വളരെ സ്വാദിഷ്ടമായിരിക്കുന്നു. ഒരൽപ്പം കൂടി ആവാം....'' ഹൃദയം പറയുന്നു, ''ഇത് മനോഹരം.'' മനസ്സ് പറയുന്നു, ''നീ വെറും മണ്ടനാണ്, വിഡ്ഢി, ഭ്രാന്തൻ.'' ഹൃദയം പ്രണയത്തിലെല്ലാം വീഴുമ്പോൾ മനസ്സ് പറയുന്നു, ''ഇത് അന്ധ

തയാണ്.'' ഹൃദയം ഏതു ദിശയിൽ നീങ്ങിയാലും മനസ്സെപ്പോഴും അതിനെ കുറ്റപ്പെടുത്തിക്കൊണ്ടിരിക്കുന്നു. അവയ്ക്ക് വ്യത്യസ്തലോകങ്ങളാണുള്ളത്. ധ്യാനത്തിന്റെ മുഴുവൻ പ്രക്രിയയും സംഘട്ടനാത്മകമായ ഈ ശക്തികളെ സംഗമിക്കുകയും സംലയിക്കുകയും പരസ്പരം സ്വരച്ചേർച്ചയിലായിത്തീരുകയും ചെയ്യുന്നതിനു സഹായിക്കുവാൻ വേണ്ടിയാണ്. അപ്പോൾ നിങ്ങളിൽ ഊർജ്ജം നിറഞ്ഞിരിക്കുന്നു. കാരണം അനാവശ്യമായ സംഘട്ടനങ്ങളിൽ പാഴായിപ്പോയിരുന്ന ഊർജ്ജമെല്ലാം നിങ്ങൾക്ക് ലഭ്യമായിത്തീരുന്നു. ആ ഊർജ്ജമാണ് ചിറകുകളായിത്തീർന്ന് നിങ്ങളെ അതീതത്തിലേക്ക് കൊണ്ടുപോകുന്നത്.

പ്രഭാതമനനം

ധ്യാനം മാത്രമറിയാവുന്ന മനുഷ്യന് ചിലത് നഷ്ടമാകുന്നുണ്ട്. അതുപോലെ പ്രേമം മാത്രമറിയുന്ന മനുഷ്യനും ചിലത് നഷ്ടമാകുന്നുണ്ട്. സമ്പൂർണ്ണനായ മനുഷ്യൻ രണ്ടും അറിയുന്നു; നാണയത്തിന്റെ രണ്ടുവശങ്ങളും അയാൾ കൈക്കലാക്കിയിരിക്കുന്നു. വിലപിടിച്ചതെല്ലാം അയാൾക്ക് സ്വന്തം ഉള്ളിലുണ്ട്. അയാളുടെ ജീവിതം അതിമനോഹരമായൊരു പ്രതിഭാസമായിത്തീരുന്നു. അതൊരു സുന്ദരസംഗീതമാണ്, ഒരു അഴകാർന്ന അനുഭവം. അയാൾ ഭൂമിയിൽ വസിക്കുന്ന അതീതത്തിന്റേതായ ചിലതാണ്. അയാൾ ഭൂമിയിൽ ജീവിക്കുന്നുവെങ്കിലും ആകാശത്തിന്റെ ഭാഗമാണ്. അയാൾ ഒരു വിരോധാഭാസമാണ്, ഒരു ദിവ്യാത്ഭുതം. എന്നാൽ ആ വിരോധാഭാസികത്വത്തിൽ അയാൾ സമ്പൂർണ്ണനുമാണ് - സമ്പൂർണ്ണനായിരിക്കൽ തന്നെയാണ് വിശുദ്ധനായിരിക്കൽ, ഒരു വിശുദ്ധനെ സംബന്ധിച്ചുള്ള എന്റെ നിർവ്വചനം അതാണ്.

പ്രദോഷമനനം

''നിങ്ങൾ വിതയ്ക്കുന്നത് നിങ്ങൾ കൊയ്യുന്നു'' എന്ന് പറയാറുണ്ട്. നമ്മൾ ദുഃഖിതരാണെങ്കിൽ നാം ദുഃഖം വിതച്ചുകൊണ്ടിരിക്കുകയായിരുന്നു എന്നുമാത്രമാണ് അതിനർത്ഥം. നിങ്ങൾക്കുവേണ്ടി മറ്റാരും ദുഃഖം സൃഷ്ടിക്കുന്നില്ല. തീർച്ചയായും വിതയ്ക്കലിനും കൊയ്യലിനുമിടയിൽ ഒരു ഇടവേളയുണ്ട്. ആ ഇടവേള കാരണമാണ് മറ്റാരോ ആണുത്തരവാദിയെന്ന് നാം വിചാരിക്കുന്നത്. ആ ഇടവേള നമ്മെ വഞ്ചിക്കുന്നു. നിങ്ങളുടെ ജീവിതത്തിന്റെ സമ്പൂർണ്ണമായ ഉത്തരവാദിത്വം സ്വയം ഏറ്റെടുക്കുക. അത് സുന്ദരമല്ലെങ്കിൽ അതിന് താനാണുത്തരവാദി എന്നു കരുതുക. അത് വ്യഥ മാത്രമാണെങ്കിൽ അതിനുള്ള ഉത്തരവാദിത്വം സ്വയം ഏറ്റെടുക്കുക. തുടക്കത്തിൽ, ''എന്റെ നരകത്തിന് ഞാൻ തന്നെ കാരണം'' എന്ന് അംഗീകരിക്കൽ വിഷമകരമായിരിക്കും. എന്നാൽ തുടക്കത്തിൽ മാത്രം. താമസിയാതെ അത് പരിവർത്തനത്തിന്റെ കവാടങ്ങൾ തുറന്നുതുടങ്ങുന്നു. കാരണം എന്റെ നരകത്തിന് ഞാനാണ് ഉത്തരവാദിയെങ്കിൽ, അപ്പോൾ എനിക്ക് എന്റെ സ്വർഗ്ഗവും സൃഷ്ടിക്കുവാൻ കഴിയും. എനിക്കുവേണ്ടി ഇത്രയധികം വ്യഥ ഞാൻ സൃഷ്ടിച്ചിട്ടുണ്ടെങ്കിൽ അത്രയധികം ആനന്ദഹർഷവും എനിക്ക് സൃഷ്ടിക്കുവാനാകും. ഉത്തരവാദിത്വം സ്വാതന്ത്ര്യം കൊണ്ടുവരുന്നു, അത് സൃഷ്ടിപരതയും കൊണ്ടുവരുന്നു.

നിങ്ങൾ എന്തെല്ലാമാണോ അതെല്ലാം നിങ്ങളുടെ സ്വന്തം സൃഷ്ടിയാണെന്ന് കണ്ടറിയുന്ന നിമിഷം നിങ്ങൾ പുറമേ നിന്നുള്ള എല്ലാ കാരണങ്ങളിൽ നിന്നും സാഹചര്യങ്ങളിൽ നിന്നും വിമുക്തനായിത്തീരുന്നു. ഇപ്പോഴത് നിങ്ങളുടെ തീരുമാനമാണ്. നിങ്ങൾക്ക് നല്ലൊരു പാട്ടുപാടാം, നല്ലൊരു നൃത്തം ചെയ്യാം, ആഘോഷപൂർവ്വകമായൊരു ജീവിതം

നയിക്കാം, നിങ്ങളുടെ ജീവിതം നിരന്തരമായൊരു ഉത്സവമാക്കാം; ആർക്കുമതിനെ ശല്യപ്പെടുത്താനാവില്ല. ഇതാണ് മനുഷ്യന്റെ അന്തസ്സ്. ദൈവം വ്യക്തികളെ അത്യധികം ബഹുമാനിക്കുന്നവനാണ്. ഒരാൾ ഒരു വ്യക്തിയായിത്തീരുന്നത് തന്റെ മുഴുവൻ ഉത്തരവാദിത്വവും തന്നത്താൻ ഏറ്റെടുക്കുമ്പോൾ മാത്രമാണുതാനും.

പ്രഭാതമനനം

ഒരു നദി സമുദ്രത്തിലേക്ക് ഒഴുകി പോകുന്നതു പോലെ, ധ്യാനി അസ്തിത്വത്തിന്റെ വിസ്തൃതിയിലേക്ക് പ്രവേശിക്കുകയും അതുമായി ഒന്നായിത്തീരുകയും ചെയ്യുന്നു. രണ്ടെന്ന ഭാവം അപ്രത്യക്ഷമാകുന്നു - അതാണ് അമരത്വം എന്ന അനുഭവം. അപ്പോൾ ഒരുവനുണ്ട്, എങ്കിലും സമ്പൂർണ്ണതയിൽ നിന്ന് ഭിന്നനല്ല; അയാൾ സമ്പൂർണ്ണതയുടെ ഭാഗമാണ്, അതിന്റെ അന്തർനിഷ്ഠമായ, ജൈവികമായ ഭാഗം. ഇത് സാക്ഷാത്കരിച്ചിട്ടുള്ളവർ, അവരാണ് ജാഗരണം പ്രാപിച്ചവർ.

ആ പ്രകാശം കാരണം ജാഗരണം പ്രാപിച്ച വ്യക്തിയെ പ്രകാശപ്രാപ്തൻ അഥവാ ബോധപ്രാപ്തൻ എന്നു വിളിക്കുന്നു. അയാൾക്ക് ആന്തരിക വെളിച്ചം അനുഭവിക്കാൻ കഴിഞ്ഞിരിക്കുന്നു - അതാണ് ജീവിതത്തിലെ ഏറ്റവും മഹത്തായ അനുഭവവും. ജീവിതം വാസ്തവത്തിൽ പ്രകാശം അനുഭവിക്കാനുള്ള, ബോധപ്രാപ്തനായിത്തീരുവാനുള്ള ഒരവസരമാകുന്നു.

പ്രദോഷമനനം

സത്യമെന്നാൽ അനുഭവം എന്നർത്ഥമാണ്. സത്യം ഒരിക്കലും ഒരു വിശ്വാസമല്ല. വിശ്വാസങ്ങൾ എപ്പോഴും നുണകളാണ്. അവയ്ക്ക് നിങ്ങളുടെ ജീവിതത്തെ കുറേക്കൂടി സൗകര്യപ്രദമാക്കാൻ കഴിഞ്ഞേക്കാം, അത്രമാത്രം. അവ ഉറക്കഗുളികകൾ പോലെയാണ്. സത്യം ജാഗരണമാണ്. മനുഷ്യന് ജാഗരണമാണാവശ്യം, ഗാഢനിദ്രയിലേക്ക് വീഴുവാനുള്ള ഉറക്കഗുളികകളല്ല. എന്നാൽ നൂറ്റാണ്ടുകളായി മനുഷ്യൻ മദ്യത്തിനും മറ്റുലഹരിപദാർത്ഥങ്ങൾക്കും മയക്കുമരുന്നുകൾക്കും അടിപ്പെട്ടുകൊണ്ടിരിക്കുന്നു. ഋഗ്വേദത്തിന്റെ കാലം മുതൽ ഇന്നേവരെ മനുഷ്യൻ അവയ്ക്കടിപ്പെട്ട് കഴിയുന്നു. ഈ ലഹരിപദാർത്ഥങ്ങളെല്ലാം, മയക്കുമരുന്നുകളോ, മദ്യമോ അതുപോലുള്ള എന്തൊക്കെയാണെങ്കിലും, അവയെല്ലാം സത്യത്തെ ഒഴിവാക്കുവാനുള്ള പരിശ്രമങ്ങൾ മാത്രമാണ്. സത്യത്തെ ഒഴിവാക്കുകയെന്നാൽ ദുഃഖത്തിൽ നിലകൊള്ളൽ തന്നെയാണുതാനും. അതേ, ദുഃഖത്താൽ ചൂഴ്ന്നുനിൽക്കുന്ന ജീവിതത്തെ നമുക്കൽപ്പമൊന്ന് സുഖകരമാക്കാം, പക്ഷേ അതു മണ്ടത്തരമാണ്. നമുക്ക് തികച്ചും പരമാനന്ദകരമായ ജീവിതം നയിക്കുവാൻ സാധ്യമാണ്. എന്നാൽ അതുസാധ്യമാകുന്നത് നുണകളെ വർജ്ജിക്കുകയും സത്യത്തിനുള്ളിലേക്ക് അന്വേഷിച്ചുചെല്ലുകയും ചെയ്യുമ്പോൾ മാത്രമാണ്. ആ അന്വേഷണത്തിന് ഒന്നാമതായി വേണ്ടത് മുൻകൂട്ടിയുള്ള ആശയങ്ങൾകൊണ്ട് നടക്കാതിരിക്കലാണ്. തികഞ്ഞ അജ്ഞതയിൽ, യാതൊന്നുമറിയാതെ അകത്തേക്ക് ചെല്ലുക. ഒന്നുമറിയാത്ത അവസ്ഥയിൽ ഒരു വ്യക്തി നീങ്ങുമ്പോഴൊക്കെയും അവൻ സത്യം അറിയാതെ തരമില്ല, സത്യം പരമാനന്ദം കൊണ്ടുവരികയും ചെയ്യുന്നു. എന്റെ പരിശ്രമം

മുഴുവനും നിങ്ങളെ അന്വേഷണത്തിൽ തള്ളിവിടുവാനാണ്. കാരണം അന്വേഷണമാണ്, ആധികാരികമായ അന്വേഷണമാണ്, മനുഷ്യനെ സത്യത്തിലേക്ക് കൊണ്ടുവരുന്നത്, സത്യസാക്ഷാൽക്കാരത്തിൽ എത്തിക്കുന്നത്. അപ്പോൾ പരമാനന്ദം നിങ്ങളുടേതാണ്, ആശീർവാദം നിങ്ങളുടേതാണ്.

പ്രഭാതമനനം

അവബോധം അമരമാണ്. ഒരുവനത് അറിയുന്നില്ലെങ്കിൽ എങ്ങനെ അവന് ആഹ്ലാദവാനായി ജീവിക്കുവാൻ കഴിയും. മരണം എല്ലാറ്റിന്റെയും അവസാനമായിരിക്കുമ്പോൾ, എല്ലാം ഒരു കാര്യവുമില്ലാത്തതായിത്തീരുന്നു. മരണം അതിന്റെയെല്ലാം അന്ത്യമാണെങ്കിൽ നിങ്ങളുടെ സൃഷ്ടിപരത അർത്ഥമില്ലാത്തതാകുന്നു, നിങ്ങളുടെ പ്രേമം അർത്ഥമില്ലാത്തതാകുന്നു. മരണം നിരന്തരം നിങ്ങളുടെ പടിവാതിൽക്കൽ വന്നുമുട്ടിക്കൊണ്ടിരിക്കുന്നതിനെ ഒഴിവാക്കുവാനായി വല്ലതിലും വ്യാപൃതനായിരിക്കുക, ആ വ്യാപരിക്കൽ മാത്രമായിരിക്കും നിങ്ങളുടെ എല്ലാ ആഹ്ലാദവും. പക്ഷേ എത്രകാലത്തേക്കാണ് ഒരുവൻ ഒഴിവാക്കുക? നിങ്ങൾ ആ മുട്ടിവിളിക്കലിന് ചെവി കൊടുത്താലുമില്ലെങ്കിലും, ഒരുദിനം മരണം വാതിൽ തുറന്ന് അകത്തേക്കു നടന്നുവരും. അത്, ‘‘ഞാൻ അകത്ത് കടന്നോട്ടെ, സർ?’’ എന്നുപോലും ചോദിക്കുകയില്ല. അത് കേവലം അകത്തേക്കു വരുന്നു.

മരണത്തോടൊപ്പം ഒരാൾക്ക് ജീവിതത്തിന്റെ അർത്ഥം അനുഭവിക്കാൻ സാധ്യമല്ല. എല്ലാം കുഴിമാടത്തിൽ അവസാനിക്കുന്നുവെങ്കിൽ, നിങ്ങൾ ഒരു പുണ്യവാളനാണോ പാപിയാണോ എന്നതിന് എന്തു പ്രസക്തി? നിങ്ങൾ ലോകപ്രശസ്തനാണോ അതോ വെറും ആരുമല്ലാത്തവനാണോ എന്നതിന് എന്ത് പ്രസക്തി? മരണം എല്ലാവരെയും തുല്യരാക്കുന്നു.

എന്നാൽ മരണത്തിനെ മറികടക്കുന്ന, അതിൽ കൂടുതൽ എന്തെങ്കിലും നിങ്ങളിലുണ്ടെങ്കിൽ, ജീവിതത്തിനർത്ഥമുണ്ട്. അപ്പോൾ നിങ്ങൾ ചെയ്യുന്നതെന്താണോ അതിന് പ്രസക്തിയുണ്ട്. അപ്പോൾ ഓരോ

പ്രവൃത്തിക്കും മൂല്യമുണ്ട്. കാരണം ഓരോ പ്രവൃത്തിയും വരുന്നത് നിങ്ങളുടെ അമരമായ ഉറവിടത്തിൽ നിന്നാണ്, നിങ്ങളുടെ സത്തയിൽ നിന്നാണ്. അത് നിങ്ങളെ പ്രതിനിധീകരിക്കുന്നു. പ്രതിനിധീകരിക്കുക മാത്രമല്ല, അത് നിങ്ങളെ വെളിപ്പെടുത്തുകയും ചെയ്യുന്നു - മറ്റുള്ളവർക്കും നിങ്ങൾക്കുതന്നെയും. അത് നിങ്ങളുടെ സത്തയുടെ ഒരഭിവ്യഞ്ജനമാകുന്നു. അപ്പോൾ നിങ്ങളുടെ സൃഷ്ടിപരത നിങ്ങളുടെ അഭിവ്യഞ്ജനമാണ്. അപ്പോൾ നിത്യതയുടെ പശ്ചാത്തലത്തിൽ നിങ്ങളുടെ പ്രവൃത്തികൾക്ക് പ്രസക്തിയുണ്ട്.

വിജയം സാധ്യമാകുന്നത് നിങ്ങളിലെ മരണമില്ലാത്തതിനെ നിങ്ങൾ തിരിച്ചറിയുവാൻ ഇടവരുമ്പോൾ മാത്രമാണ് - അതറിയാൻ സാധിക്കുകയും ചെയ്യും. ഈ അന്വേഷണം മുഴുവനും എന്നെന്നേക്കും നിലനിൽക്കുന്ന അതിനുവേണ്ടിയുള്ള അന്വേഷണമാണ്.

പ്രദോഷമനനം

അഹംബോധമെന്ന നിലയിലുള്ള മനുഷ്യൻ ഒരു വ്രണമാണ് - അവൻ രോഗിയാണ്, അനാരോഗ്യവാൻ. അത് നിരന്തരം വേദനിപ്പിച്ചുകൊണ്ടിരിക്കുന്നു; വേദന, വ്യഥ. അവിടെ ദുഃഖമാണ്, ഉത്ക്കണ്ഠയാണ്, അന്ധകാരമാണ്, ഒരുവന് താൻ ഒന്നിനും കൊള്ളാത്തവനായി തോന്നുന്നു. എന്നാൽ ഇത്രയധികം വേദനിപ്പിച്ചുകൊണ്ടിരിക്കുന്ന ഈ മുറിവ് ഉണങ്ങുവാൻ നാം അനുവദിക്കുന്നില്ല. നാമതിനെ വെയിൽ കൊള്ളിക്കാതെ, കാറ്റുംമഴയുമേൽപ്പിക്കാതെ മൂടിവെക്കുന്നു; അതിനെ വെളിയിൽ കാണിക്കുവാൻ നമുക്ക് ഭയമാണ്. നമ്മുടെ വ്രണത്തെക്കുറിച്ച് ആരെങ്കിലും അറിഞ്ഞാലോ എന്നു നാം ഭയപ്പെടുന്നു. അങ്ങനെ അതു മൂടിവെക്കുന്നതുമൂലം അതുണങ്ങാതെ നിലനിൽക്കുന്നു. കപടനാട്യത്തിന്റെ അടുക്കുകൾക്കുമേൽ അടുക്കുകൾ, അവയ്ക്കു പിന്നിൽ നാം അത് മറച്ചുവെക്കുന്നതുമൂലം അത് അർബുദം പോലെ അവിടെ നിലനിൽക്കുകയും കൂടുതൽ കൂടുതൽ വലുതായിക്കൊണ്ടിരിക്കുകയും ചെയ്യുന്നു. അതെത്ര വലുതാണോ അത്രകണ്ട് നിങ്ങൾക്കത് മറച്ചുവെക്കേണ്ടിവരുന്നു. അങ്ങനെ പതുക്കെപ്പതുക്കെ നിങ്ങളുടെ ജീവിതം ആകെത്തന്നെ ഒരു കറുത്തദ്വാരം മാത്രമായിത്തീരുന്നു.

അതാണ് ജനങ്ങൾ, വെറും കറുത്തദ്വാരങ്ങൾ. അവരാണ് എല്ലാറ്റിനും ഉത്തരവാദിയായിട്ടുള്ളത്, ഈ നരകം അവരുടെ സ്വന്തം സൃഷ്ടിയാണ്. ദൈവം എപ്പോഴും മുറിവുണക്കുവാൻ സന്നദ്ധനാണ്. സമ്പൂർണ്ണത എപ്പോഴും അതിന് തയ്യാറാണ്. പക്ഷേ നാം സ്വയം പുറത്ത് കാണിക്കേണ്ടതുണ്ട്. ഒരുവൻ അസ്തിത്വത്തിന് മുമ്പിൽ നഗ്നനായി, പരിപൂർണ്ണ

നഗ്നനായി, യാതൊരു രഹസ്യവുമില്ലാതെ, യാതൊരു സ്വകാര്യതയുമില്ലാതെ നിൽക്കേണ്ടതുണ്ട്. അപ്പോൾ ഉടനടി ആ രോഗവിമുക്തിയുണ്ടാകുന്നു. ആദ്യമായി അത് സംഭവിക്കുമ്പോൾ ഒരാൾക്കത് വിശ്വസിക്കുവാൻ കഴിയുകയില്ല, ഇത്രപെട്ടെന്ന് ആ മുറിവെല്ലാം ആവിയായിപ്പോയെന്ന്. ആദ്യമേ അതവിടെയുണ്ടായിരുന്നില്ല എന്നതുപോലെ, അതൊരു സ്വപ്നംമാത്രമായിരുന്നു എന്നതുപോലെ തോന്നിക്കുന്നു. വാസ്തവത്തിൽ അതു തന്നെയാണത്, ഒരു സ്വപ്നം, ഒരു ദുഃസ്വപ്നം.

ആ മുറിവുണക്കൽ എപ്പോഴും അസ്തിത്വമാണ് ചെയ്യുന്നത്. എന്നാൽ നിങ്ങളതിന് അനുവദിക്കേണ്ടതുണ്ട്. നിങ്ങളുടെ വ്രണത്തെ, എവിടെയാണ് നിങ്ങൾക്കു വേദന അനുഭവപ്പെടുന്നതെന്ന് അസ്തിത്വത്തെ നിങ്ങൾ കാണിച്ചുകൊടുക്കേണ്ടതുണ്ട്. വൈദ്യനെ വഞ്ചിക്കുവാൻ പാടില്ല, അദ്ദേഹത്തോട് നിങ്ങൾ പറയണം, അതെന്താണെന്ന് - അത് എത്രമാത്രം വൃത്തികെട്ടതായി കാണപ്പെടുന്നുണ്ടെങ്കിലും. അപ്പോൾ മാത്രമേ അദ്ദേഹത്തിന് അതിനകത്തുനിന്ന് ചലം പുറത്തെടുക്കുവാനും മുറിവുണങ്ങൽ പ്രക്രിയയെ സഹായിക്കുവാനും കഴിയൂ.

പ്രഭാതമനനം

മനുഷ്യന് അവന്റെയുള്ളിൽ മറഞ്ഞിരിക്കുന്ന അപാരമായ മഹിമയുണ്ട്. മനുഷ്യൻ ഒരു ചാരുതയാണ്, എന്നാൽ അതൊരു തടവിലടക്കപ്പെട്ട ചാരുതയാകുന്നു. ആ ചാരുത പുറത്തേക്ക് വെളിപ്പെടേണ്ടതുണ്ട്. ഒരു വിത്ത് അതിനുള്ളിൽ ആയിരക്കണക്കിന് പുഷ്പങ്ങളെ തടവറയിലാക്കി മറച്ചുവെക്കുന്നതുപോലെയാണത്. ആ വിത്തിനെ സഹായിക്കുവാൻ ഒരു തോട്ടക്കാരന്റെ ആവശ്യമുണ്ട്; മണ്ണ് ആവശ്യമുണ്ട്.

വിത്തിന് അതിന്റെ സുരക്ഷ, അതിനെ സംരക്ഷിച്ചുകൊണ്ട്, അതിനെ ചൂഴ്ന്നുനിൽക്കുന്ന കട്ടിയുള്ള പുറന്തോട് പൊട്ടിക്കുവാൻ ഒരൽപ്പം ധൈര്യവും ആവശ്യമാണ്. അപ്പോൾ പൊടുന്നനെ അതിൽ നിന്ന് ജീവൻ വളരുവാൻ തുടങ്ങുന്നു. ലക്ഷോപലക്ഷം ഇലകൾ പുറത്തുവരുന്നു. കോടാനുകോടി പുഷ്പങ്ങളും കോടാനുകോടി വിത്തുകളും! വാസ്തവത്തിൽ ഒരൊറ്റ വിത്തിൽ അത്രയേറെ മഹിമ അതിനുള്ളിൽ മറഞ്ഞിരിപ്പുണ്ട്, അതിന് ഈ ഭൂമിയെ മുഴുവൻ ഹരിതാഭമാക്കുവാൻ കഴിയും.

മനുഷ്യന്റെ സ്ഥിതി അതാണ്: ഒരു മനുഷ്യൻ ഒരു വിത്താകുന്നു; ആയിരക്കണക്കിന് പുഷ്പങ്ങൾ അവനു പിന്നിൽ കാത്തിരിപ്പുണ്ട്. അവയെ പുറത്തേക്കുകൊണ്ടുവരാനുള്ള രീതിശാസ്ത്രമാണ് ധ്യാനം. തോട്ടക്കാരുടേതുപോലെ തന്നെയാണ് ആ കലയും. നിങ്ങളാകുന്നു ആ വിത്ത്, ആ തോട്ടക്കാരനും നിങ്ങൾ തന്നെ ആകേണ്ടതുണ്ട്. നിങ്ങളാണ് ആ വിത്ത്, ആ മണ്ണും നിങ്ങൾ തന്നെ ആകേണ്ടതുണ്ട്. നിങ്ങളെ ചൂഴ്ന്നു നിൽക്കുന്ന ആ കഠിനമായ പുറന്തോട്, അഹംബോധം, നിങ്ങൾ വർജ്ജിക്കേണ്ടതുണ്ട് - അപ്പോൾ ഉടനടി ദിവ്യാത്ഭുതം സാധ്യമാ

യിത്തീരുന്നു. ഉള്ളിൽ മറഞ്ഞിരിക്കുന്നത് എന്താണെന്നറിയാൻ ഇടവരുന്നതുവരെ ഒരുവനത് വിശ്വസിക്കാനാവില്ല.

13

പ്രദോഷമനനം

ഒരു സ്വഭാവം സൃഷ്ടിക്കുന്നതുവഴി ഒരുവൻ കപടനും വിഘടിതനുമായിത്തീരുന്നു. ഒരാൾ രണ്ടു വ്യക്തികളായിത്തീരുന്നു, കാരണം ഒരു സ്വഭാവം സൃഷ്ടിക്കുന്ന രീതിതന്നെ അടിച്ചമർത്തലിന്റേതാണ് – അല്ലാതെ മറ്റൊരു രീതിയുമില്ല. നിങ്ങളുടെ സ്വന്തം പ്രകൃതത്തെ അടിച്ചമർത്തുകയും മറ്റുള്ളവരാൽ നിശ്ചയിക്കപ്പെട്ട ചില പ്രത്യേക തത്വങ്ങൾക്കനുസരിച്ച് നിങ്ങൾ അഭിനയിക്കേണ്ടി വരികയും ചെയ്യുന്നു. എന്താണ് ശരിയെന്നും എന്താണ് തെറ്റെന്നും, എന്താണ് നല്ലതെന്നും എന്താണ് ചീത്തയെന്നും അവർ നിങ്ങളോട് പറയുന്നു. അവർ നേരത്തെ തന്നെ പത്തുപ്രമാണങ്ങൾ നിങ്ങൾക്ക് നൽകിയിരിക്കുന്നു. നിങ്ങൾ അവയെ അനുസരിക്കുകയും ചെയ്യേണ്ടിയിരിക്കുന്നു. അപ്പോൾ നിങ്ങളുടെ പ്രകൃതത്തെ നിങ്ങൾ എന്തുചെയ്യും? നിങ്ങൾ അതിനെ അടിച്ചമർത്തുന്നു, അവഗണിക്കുന്നു, ഒഴിവാക്കുന്നു. പക്ഷേ ഈ രീതിയിൽ മാറ്റാവുന്നതല്ല ഒരാളുടെ പ്രകൃതം; അത് നിങ്ങളെ ഉള്ളിൽ നിന്ന് ചൊറിഞ്ഞുകൊണ്ടിരിക്കുന്നു. നിങ്ങൾ വളർത്തിയെടുത്തിരിക്കുന്ന സ്വഭാവഗുണത്തിനെതിരെ നീങ്ങുവാൻ അതുനിങ്ങളെ ഉള്ളിൽ നിന്ന് പ്രേരിപ്പിച്ചു കൊണ്ടിരിക്കുകയും ചെയ്യുന്നു – അതുമൂലമാണ് ഈ കാപട്യമെല്ലാം. ഒരു മതാനുയായിയായ വ്യക്തിയെ കാപട്യമില്ലാത്തവനായി കാണുക അത്യപൂർവ്വമാണ്. എന്നാൽ കപടനാട്യക്കാരനല്ലാത്ത വ്യക്തിയാണ് യഥാർത്ഥത്തിൽ മതാത്മകനായ വ്യക്തി.

കാപട്യമെന്നാൽ നിങ്ങളല്ലാത്ത എന്തിനെയോ നിങ്ങളാണെന്ന് അഭിനയിക്കുന്നു എന്നർത്ഥം. നിങ്ങൾക്ക് അതറിയാം. ആ അറിവ് നിങ്ങളെ വേദനിപ്പിക്കുന്നു; അതുകൊണ്ടാണ് വ്യസനം. ഈ ലോകം മുഴുവനും വ്യസനിക്കുന്നവരെക്കൊണ്ട് നിറഞ്ഞിരി

ക്കുന്നു. കാരണം ഈ ലോകം മുഴുവനും സ്വഭാവ ഗുണം സൃഷ്ടിക്കുന്നതിൽ, സദാചാരം സൃഷ്ടിക്കുന്നതിൽ ശ്രദ്ധ കേന്ദ്രീകരിച്ചുകൊണ്ടിരിക്കുകയായിരുന്നു. ഈ സ്വഭാവത്തിൽ,സദാചാരത്തിൽ എനിക്കൊട്ടും താൽപ്പര്യമില്ല. ഞാൻ ആളുകളോട് അസാന്മാർഗികളാകുവാനല്ല പറയുന്നത്; ഞാൻ പറയുന്നത് ബോധവാന്മാരാവുക, അവബോധം സൃഷ്ടിക്കുക എന്നാണ്.അതിനുവേണ്ടിയാണ് ധ്യാനം ഉദ്ദേശിക്കപ്പെടുന്നത്. അവബോധം സൃഷ്ടിക്കുന്നതിനുവേണ്ടിയുള്ള ഒരു രീതിശാസ്ത്രമാണത്. അത് നിങ്ങളെ കൂടുതൽ ജാഗരൂകനും, കൂടുതൽ ബോധവാനുമാക്കിത്തീർക്കുന്നു. അങ്ങനെ നിങ്ങൾ കൂടുതൽ ബോധവാനായിത്തീരുന്നതോടെ നിങ്ങളുടെ ജീവിതം മാറിത്തീരുവാൻ തുടങ്ങുന്നു. നിങ്ങളുടെ സത്തയും നിങ്ങളുടെ പ്രവൃത്തിയും തമ്മിൽ ആഴമുള്ള ഒരു സ്വരൈക്യം വന്നുചേരുന്നു. സത്തയും പ്രവൃത്തിയും സ്വരൈക്യം പ്രാപിക്കുമ്പോഴാകട്ടെ, ജീവിതം ഒരു ആഹ്ലാദമാകുന്നു, ഒരു നൃത്തമാകുന്നു.

14

പ്രഭാതമനനം

ബുദ്ധൻ, ക്രിസ്തു, സരതുഷ്ട്രൻ, ലാവോത്സു - ഈ ആളുകളെല്ലാം ഒരേയൊരു കാര്യമാണ് അറിയാനിടവന്നത്: തങ്ങളുടെ തനികേന്ദ്രത്തിലേക്ക് ചെന്നെത്തുവാനും അവിടെ നിന്നുകൊണ്ട് ലോകത്തെ കാണുവാനുമുള്ള ലളിതമായ കല; ആ കേന്ദ്രത്തിൽ നിന്നുള്ള കാഴ്ചപ്പാട് തികച്ചും വ്യത്യസ്തമാണ്. നിങ്ങളുടെ ലോകമാകെ വ്യത്യസ്തമായിത്തീരുന്നു; അത് പിന്നീടൊരിക്കലും ആ പഴയ ലോകമല്ല. ഒരർത്ഥത്തിൽ എല്ലാം തത്തുല്ല്യമായി നിലനിൽക്കുന്നുവെങ്കിലും മറ്റൊരർത്ഥത്തിൽ ഒന്നും തത്തുല്ല്യമല്ല.

അത് പ്രകടിപ്പിക്കുവാൻ വാക്കുകൾ ഉചിതമാകാത്തവിധം അത്രയും മനോഹരമായ ഒരനുഭവമായിത്തീരുന്നു, അത്തരമൊരു ആനന്ദഹർഷമായിത്തീരുന്നു. കവിതപോലും അതിന് മതിയാകുന്നില്ല, സംഗീതം പോലും അത്രത്തോളമെത്തുന്നില്ല, നൃത്തം ചെയ്യുന്നതിനുപോലും അതിന്റെ യഥാർത്ഥസൂചനയാകുവാൻ പര്യാപ്തമായിത്തീരുന്നില്ല. അതിന്റെ ഒരു കയ്യാംഗ്യം കാണിക്കുവാൻ ഒരു മാർഗ്ഗവുമില്ല.

ഓരോരുത്തരും അതറിയേണ്ടതുണ്ട്. അതറിയുവാനുള്ള ഏകമാർഗ്ഗം അത് നേരിട്ടറിയൽ തന്നെയാണ്.

പ്രദോഷമനനം

നൂറ്റാണ്ടുകളായി മനുഷ്യൻ ജീവിച്ചിട്ടുള്ളത് നുണകളിലാണ് - മനോഹരമായ നുണ, എങ്കിലും എല്ലാം നുണകൾ തന്നെ. നാം സ്വർഗ്ഗത്തിലും നരക ത്തിലും വിശ്വസിച്ചുകൊണ്ടേയിരിക്കുന്നു; നാം ദൈവ ത്തിൽ, അമരത്വത്തിൽ, ആത്മാവിൽ വിശ്വസിച്ചു കൊണ്ടേയിരിക്കുന്നു. പക്ഷേ ഇവയെല്ലാം വിശ്വാസ ങ്ങളാണ് - വിശ്വാസങ്ങൾ നുണകളാകുന്നു. നിങ്ങൾ സ്വന്തമായി ഒന്നുമറിയുന്നില്ല, നിങ്ങളിൽ ഒരാത്മാ വുണ്ടെന്നോ ഇല്ലെന്നോ ഒന്നും നിങ്ങളറിയുന്നില്ല. എന്നാൽ അതൊരു വാദപ്രതിവാദത്തിന്റെ ചോദ്യമല്ല. നിങ്ങൾക്കൊരാത്മാവുണ്ടെന്ന് യുക്തിപരമായി തെളിയിക്കപ്പെട്ടു കഴിഞ്ഞാൽത്തന്നെയും അത് നിങ്ങളുടെ ജീവിതത്തിൽ ഗുണപരമായൊരു വ്യത്യാ സവും വരുത്തുകയില്ല. അല്ലെങ്കിൽ ആത്മാവില്ലെന്ന് തെളിയിക്കപ്പെട്ടാലും അതും ഒരു വ്യത്യാസവും വരു ത്തുകയില്ല.

ഇവിടെ ആസ്തികരുണ്ട്, നാസ്തികരുണ്ട്. അവ രെല്ലാം ഏതാണ്ട് ഒരേപോലുള്ള ജീവിതമാണ് നയിക്കുന്നത്. ദൈവമുണ്ടെന്ന് വിശ്വസിക്കുന്നവരും ദൈവമില്ലെന്ന് വിശ്വസിക്കുന്നവരുമുണ്ട്. എങ്കിലും നിങ്ങൾ അവരുടെ ജീവിതത്തിലേക്ക് നോക്കുകയാ ണെങ്കിൽ ഒരു വ്യത്യാസവും കാണുകയില്ല.

നിങ്ങൾക്കുള്ളിൽ ഒരാത്മാവ് നിലനിൽക്കു ന്നുണ്ടോ ഇല്ലയോ എന്നു പോലും നിങ്ങൾ അറിയു ന്നില്ലെങ്കിൽ പിന്നെ എന്താണ് നിങ്ങൾക്ക് അറിയു വാൻ കഴിയുക? ദൈവത്തെയോ സ്വർഗ്ഗത്തെയോ നരകത്തെയോ അതുപോലുള്ള മറ്റുഅസംബന്ധങ്ങ ളെയോ നിങ്ങൾക്കെങ്ങനെ അറിയുവാൻ കഴിയും? നിങ്ങളോട് ഏറ്റവും അടുത്തിരിക്കുന്ന കാര്യം ആത്മാവാണ്, അതുപോലും നിങ്ങൾ പര്യവേക്ഷണം

നടത്തിയിട്ടില്ല! ആ നിങ്ങളാണ് ആകാശത്തിലെവിടെയോ ഉള്ള സ്വർഗ്ഗത്തെക്കുറിച്ചും ആഴങ്ങളിൽ എവിടെയോ ഉള്ള നരകത്തെക്കുറിച്ചും സംസാരിക്കുന്നത്. എന്തിനെക്കുറിച്ചാണ് നിങ്ങൾ സംസാരിക്കുന്നതെന്ന് നിങ്ങൾക്കൊരു പിടിയുമില്ല. അമ്പലങ്ങളിലും പള്ളികളിലും മോസ്ക്കുകളിലും ആളുകൾ നിരന്തരം വാദപ്രതിവാദങ്ങൾ നടത്തിക്കൊണ്ടിരിക്കുന്നു, മഹത്തായ കാര്യങ്ങളെക്കുറിച്ച് പ്രഭാഷണങ്ങൾ നൽകപ്പെട്ടുകൊണ്ടിരിക്കുന്നു. എന്നാൽ ഏറ്റവും ലളിതമായ കാര്യത്തെക്കുറിച്ച്, നിങ്ങൾ ആരെന്ന് അറിയുന്നതിനെക്കുറിച്ച് ആരും ഗൗനിക്കുന്നില്ല.

പ്രഭാതമനനം

പരമാനന്ദം നിങ്ങളോട് കൂട്ടിച്ചേർക്കുവാൻ കഴിയുന്ന എന്തെങ്കിലും ഒന്നല്ല. അതൊരു നേട്ടമല്ല, അത് ഇപ്പോൾ തന്നെ നിങ്ങൾക്കുള്ളിലുണ്ട്. നിങ്ങളുടെ ജീവനോടൊപ്പം തന്നെ നിങ്ങളത് കൊണ്ടുവന്നിരിക്കുന്നു; നിങ്ങളുടെ സത്തയിൽ അന്തർനിഷ്ഠമാണത്. അതിന് വിടർന്നുവരേണ്ട ആവശ്യമുണ്ട്. അതൊരു മുകുളം പോലെയാണ്. ഒരൽപ്പം പരിശ്രമം മാത്രം, അതിന് ഒരു പുഷ്പമാകുവാൻ കഴിയും. കാലത്ത്, സൂര്യൻ ഉദിക്കുമ്പോൾ, മൊട്ടുകൾ പുഷ്പങ്ങളാകാൻ തുടങ്ങുന്നു.

ആത്മാവിന്റെ ആന്തരികാരാമത്തിൽ, ആ ആന്തരികലോകത്തിൽ ധ്യാനത്തോടുകൂടി സംഭവിക്കുന്നതും അതുതന്നെയാണ്. നിങ്ങളുടെ അവബോധം ഉദിച്ചുയരുന്നതോടെ, അവബോധം ആന്തരികമായൊരു ഊഷ്മളത നൽകുന്നു. അതേതാണ്ട് അനുഭവിച്ചറിയുവാനാകും. അത് നിങ്ങളിൽ ഉണരുവാൻ തുടങ്ങുമ്പോൾ നിങ്ങൾക്കുള്ളിൽ ചില ഊർജ്ജങ്ങൾ നിങ്ങൾക്കു കാണാനാകും, ഭൂഗുരുത്വത്തിനെതിരായി അത് നീങ്ങിക്കൊണ്ടിരിക്കുന്നത് നിങ്ങൾ കാണും. അത് കൂടുതൽ കൂടുതൽ ഉയരുമ്പോൾ അത്രയധികം നിങ്ങൾക്കതനുഭവപ്പെടും. അങ്ങനെ നിങ്ങളുടെ ആന്തരികലോകം നിറയെ വെളിച്ചവും ഊഷ്മളതയുമായിത്തീരുന്നതോടെ, പല മൊട്ടുകളും പുഷ്പങ്ങളായിത്തീരുവാൻ തുടങ്ങുന്നു. പൊടുന്നനെ അവിടെ വസന്തമാകുന്നു. ആദ്യമായി വിടരുന്ന പുഷ്പം പരമാനന്ദമാണ്. അതിനുപിന്നാലെ പല കാര്യങ്ങളും അനുഗമിക്കുന്നു, പരമാനന്ദം ആ ക്ഷേത്രത്തിന്റെ നട തുറക്കുന്നതുപോലെ. ആദ്യത്തേതു പരമാനന്ദവും അവസാനത്തേതു ദൈവികത എന്ന അനുഭവവുമാകുന്നു. അതിനു രണ്ടിനുമിടയിൽ മറ്റനേകം പുഷ്പങ്ങളും ഉണ്ടായിരിക്കും.

പ്രദോഷമനനം

ആളുകൾ സുഖകരമായ നുണകളിൽ ജീവിക്കുന്നു. അവർക്ക് സത്യം വേണ്ട, അവർക്കുവേണ്ടത് ആശ്വാസങ്ങളാണ്, സുഖമുള്ള സമാശ്വാസങ്ങൾ. അതിനാലവർ അന്ധവിശ്വാസങ്ങളിൽ, പാരമ്പര്യങ്ങളിൽ, ആചാരങ്ങളിൽ അള്ളിപ്പിടിച്ചു കൊണ്ടിരിക്കുന്നു, കാരണം പഴയതായ എല്ലാറ്റിനും ഒരു നിശ്ചിതപ്രഭാവമുണ്ട്. കമ്പോളത്തിൽ അതിനൊരു പ്രത്യേക വിലയുണ്ട്. അവർ പറയുന്നു, പഴയതെല്ലാം പൊന്നാണെന്ന്. അതങ്ങനെയല്ല, പഴയത് പൊന്നായി തോന്നുന്നത് വിഡ്ഢികൾക്കു മാത്രമാണ്, ഭീരുക്കൾക്ക് മാത്രം.

ജീവിതം അനുനിമിഷം നവ്യമാണ്, അതൊരിക്കലും പഴയതല്ല. അസ്തിത്വം എപ്പോഴും ഇപ്പോഴും ഇവിടെയുമാണ്. അതിന് ഭൂതവുമായി ഒരു ബന്ധവുമില്ല, അതിന് ഭാവിയുമായും ഒരു ബന്ധവുമില്ല. നിങ്ങൾ ഇവിടെ ഇപ്പോൾ ആയിരിക്കുമ്പോൾ അവിടെ ഒരു സംഗമം ഉണ്ടാകുന്നു- ആ സംഗമം സത്യമായി ത്തീരുകയും ചെയ്യുന്നു. തീർച്ചയായും അത് പല മതിഭ്രമങ്ങളെയും ശിഥിലമാക്കുന്നു, പല തത്വസംഹിതകളെയും ശിഥിലമാക്കുന്നു, അതെല്ലാ സങ്കല്പനങ്ങളെയും, എല്ലാ മുൻകൂർ വിശ്വാസങ്ങളെയും ശിഥിലമാക്കും. കാരണം സത്യത്തിന് നിങ്ങളുമായും അതിനെക്കുറിച്ചുള്ള നിങ്ങളുടെ ആശയങ്ങളുമായും യോജിച്ചു പോകാനാവില്ല, അതിനോട് ഒത്തുതീർപ്പുണ്ടാക്കാനാവില്ല. നിങ്ങൾ സത്യത്തോട് യോജിച്ചു പോകുവാൻ സന്നദ്ധനാവുകയാണു വേണ്ടത്.

അതിനെയാണ് ഞാൻ സത്യത്തോടുള്ള സ്നേഹം എന്നു വിളിക്കുന്നത്, സത്യം എങ്ങോട്ട് നയിച്ചാലും അതിനോടൊപ്പം പോകുവാനുള്ള ഒരു സന്ന

ദ്ധത. അതിനുവേണ്ടി എന്തെല്ലാം വർജിക്കേണ്ട തുണ്ടോ അതെല്ലാം വർജിക്കുവാൻ ഒരുവൻ തയ്യാറായിരിക്കണം. അതു സാധ്യമാവണമെങ്കിൽ സത്യത്തോടുള്ള സ്നേഹം ഉണ്ടായിരുന്നാൽ മാത്രമേ കഴിയു. പ്രേമത്തിന് എല്ലാം ചെയ്യുവാൻ കഴിയും, പ്രേമത്തിന് എല്ലാം ബലികഴിക്കുവാൻ കഴിയും. സത്യത്തിന് സമ്പൂർണ്ണമായ പരിത്യാഗം, സമ്പൂർണ്ണമായ സമർപ്പണം ആവശ്യമാണ്.

പ്രഭാതമനനം

പല കാര്യങ്ങളും സമ്പാദിക്കുന്നതിലൂടെ ഒരുവന് സമ്പന്നനാകുവാൻ കഴിഞ്ഞേക്കും, എന്നാൽ ആ സമ്പന്നത കപടമാണ്. അത് സ്വയം വിഡ്ഢിയാക്കൽ മാത്രമാണ്. നിങ്ങൾ ഈ ലോകത്തിലേക്ക് വരുന്നത് വെറും കൈയോടെയാണ്, വെറും കൈയോടെ തന്നെ നിങ്ങൾക്കു പോകേണ്ടതായും വരും; നിങ്ങളുടെ സമ്പത്തുകളെല്ലാം പിന്നിൽ വിട്ടുകൊണ്ട് പോകേണ്ടിവരും. അതിനാൽ അവ സമ്പാദിച്ചുകൂട്ടിക്കൊണ്ട് ജീവിതം നിങ്ങൾക്ക് പാഴാക്കാം. എന്നാൽ നിങ്ങൾ യഥാർത്ഥത്തിൽ ഒന്നും നേടുന്നില്ല, നേരെ മറിച്ച് യഥാർത്ഥ സമ്പന്നനാകാനുള്ള അപാരമായൊരു അവസരമാണ് നിങ്ങൾ പാഴാക്കുന്നത്.

യഥാർത്ഥ സമ്പന്നത ആധികാരികമായ ചിലതാണ്. അതിന് വസ്തുക്കളുമായി ബന്ധമൊന്നുമില്ല. എന്നാൽ ഓർക്കുക; ഞാൻ വസ്തുക്കൾക്കെതിരല്ല- അവയെ ഉപയോഗിക്കുക, ആസ്വദിക്കുക, അവയ്ക്ക് അവയുടേതായ പ്രയോജനമുണ്ട്. ഞാൻ ലോകത്തിനെതിരല്ല, ജീവിതത്തിനെതിരല്ല, അഭിരമിക്കലിനെതിരല്ല- ജീവിതത്തെ അതിന്റെ എല്ലാ സൗന്ദര്യങ്ങളോടും ആസ്വദിക്കുക. എന്നാൽ ഓർക്കുക, അത് എല്ലാമല്ല, അതൊരു ഉപരിതലലോകം മാത്രമാണ്. നിങ്ങളുടെ യഥാർത്ഥ നിധി നിങ്ങൾക്കുള്ളിലാണ്. അതുകൊണ്ട് ലോകമെന്ന കാനനത്തിൽ വഴിതെറ്റാതിരിക്കുക; അല്ലെങ്കിൽ നിങ്ങൾ ദരിദ്രനായിത്തന്നെ നിലകൊള്ളും, ദരിദ്രനായിത്തന്നെ മരിക്കുകയും ചെയ്യും.

ധ്യാനത്തെ ഞാൻ ഏറ്റവും മഹത്തായ സമ്പന്നതയെന്ന് വിളിക്കുന്നു. കാരണം അത് നിങ്ങളുടെ സ്വന്തം അനന്തമായ നിധിയെക്കുറിച്ച് നിങ്ങളെ ബോധവാ

നാക്കുന്നു. അത് നിങ്ങളെ ദൈവരാജ്യത്തിന്റെ ഉടമയാക്കുന്നു. ആ രാജ്യത്തിലേക്കുള്ള ഏകതാക്കോൽ ധ്യാനത്തിലൂടെയാകുന്നു, നിശ്ശബ്ദതയിലൂടെ, നിരീക്ഷണപരതയിലൂടെ, അവബോധത്തിലൂടെയാകുന്നു.

പ്രദോഷമനനം

ആധുനിക മനുഷ്യൻ ജീവിക്കുന്നത്, ഒന്നിരിക്കുവാൻ, ഒന്നുവിശ്രമിക്കുവാൻ സാധിക്കാത്തത്രയും തിരക്കിലാണ്. അവന് വിശ്രമം അപ്രാപ്യമായിത്തീർന്നിരിക്കുന്നു. ഒരിക്കൽ വിശ്രമത്തിന് അശക്തനായി കഴിഞ്ഞാൽ നിങ്ങൾ മൂല്യവത്തായ എല്ലാറ്റിനും അശക്തനായിരിക്കും. എന്നാൽ യാഥാർത്ഥ്യമെന്തെന്നാൽ നാം യാതൊന്നിനെക്കുറിച്ചും വ്യാകുലപ്പെടേണ്ട ആവശ്യമില്ല. ജീവിതം നിത്യമാകുന്നു. നാം എന്നും ഇവിടെ ഉണ്ടായിരുന്നു, എന്നും ഉണ്ടായിരിക്കുകയും ചെയ്യും. നാം അമർത്ത്യരാണ്. ശരീരം മാറും, മനസ്സും മാറും, എന്നാൽ നമ്മൾ അവ രണ്ടുമല്ല; ശരീരവുമല്ല മനസ്സുമല്ല.

അഗാധമായ ധ്യാനത്തിൽ മാത്രമാണ് നാം ശരീരവുമല്ല മനസ്സുമല്ല, അവബോധമാണ് എന്ന ലളിതമായ വസ്തുത ഒരുവൻ കണ്ടെത്തുന്നത്. ആ മുഴുവൻ ലീലയുടെയും സാക്ഷിയാണ് നാം. ഒരിക്കൽ ആ സാക്ഷിയെ അറിഞ്ഞുകഴിഞ്ഞാൽ നിങ്ങൾ അമൃതത്വത്തിന്റേതായ ചിലത് രുചിച്ചു കഴിഞ്ഞു. ഇതാണ് രാസവിദ്യാകാരന്മാർ അന്വേഷിച്ചുകൊണ്ടിരുന്ന അമൃതം.

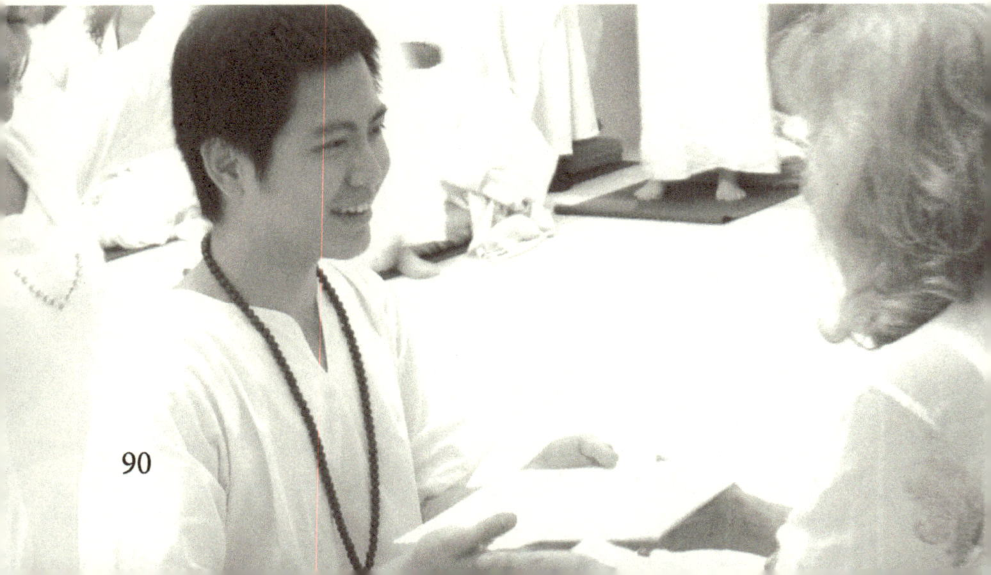

പ്രഭാതമനനം

വർത്തമാനത്തിൽ ജീവിക്കലാണ് ജീവിക്കുവാൻ തന്നെയുള്ള ഏകമാർഗ്ഗം. ഒരു ഭൂതവും പിന്നിലേക്ക് പിടിച്ചുവലിക്കാതെയും ഒരു ഭാവിയും മുന്നോട്ട് പിടിച്ചുവലിക്കാതെയും ജീവിക്കുമ്പോൾ, നിങ്ങളുടെ സമ്പൂർണ്ണ ഊർജവും തന്നിമിഷത്തിൽ കേന്ദ്രീകരിക്കപ്പെടുമ്പോൾ, ജീവിതം അപാരമായൊരു തീവ്രത കൈവരിക്കുന്നു; അതൊരു വികാരതീവ്രമായ പ്രണയബന്ധമായിത്തീരുന്നു. നിങ്ങൾ നിങ്ങളുടെ സ്വന്തം ഊർജ്ജത്താൽ പ്രോജ്ജ്വലമായിത്തീരുന്നു; നിങ്ങൾ നിറയെ വെളിച്ചമായിത്തീരുന്നു, കാരണം ഒരു നിശ്ചിതതീവ്രതയിൽ അഗ്നി ജീവിതമായിത്തീരുന്നു, തീവ്രത പ്രകാശമായിത്തീരുന്നു.

ധന്യമായിത്തീരുവാനുള്ള, ഐശ്വര്യപൂർണ്ണമായിത്തീരുവാനുള്ള ഒരേയൊരു മാർഗ്ഗം അതാണ്. മറ്റുള്ളതെല്ലാം നിലവാരം കുറഞ്ഞതാണ്, ദരിദ്രമാണ്. അവർക്ക് ലോകത്തിന്റെ പണമെല്ലാം ഉണ്ടായിരിക്കാം, എങ്കിലും അവർ ദരിദ്രരാകുന്നു.

ഈ ലോകത്ത് രണ്ടുതരത്തിലുള്ള ദരിദ്രന്മാരുണ്ട്- ദരിദ്രരായ ദരിദ്രരും സമ്പന്നരായ ദരിദ്രരും. സമ്പന്നതയ്ക്ക് സ്വത്തുക്കളുമായി ബന്ധമൊന്നുമില്ല, അതിന് നിങ്ങൾ എങ്ങനെയാണോ ജീവിക്കുന്നത് അതുമായി ചില ബന്ധമുണ്ട്, നിങ്ങളുടെ ജീവിതത്തിന്റെ ഗുണവിശേഷവുമായി, അതിന്റെ സംഗീതവുമായി, അതിന്റെ കവിതയുമായി. ഈ കാര്യങ്ങളെല്ലാം സംഭവിക്കുന്നത് ജ്ഞാനത്തിലൂടെ മാത്രമാണ്. മറ്റൊരു മാർഗ്ഗവും ഒരിക്കലും ഉണ്ടായിട്ടില്ല, ഇപ്പോഴുമില്ല. ഇനി ഉണ്ടാകുവാനും പോകുന്നില്ല.

പ്രദോഷമനനം

മനുഷ്യൻ സാധാരണഗതിയിൽ ജീവിക്കുന്നത് ഒരു റോബോട്ടിനെപ്പോലെയാണ്. അവൻ ഓരോരോ കാര്യങ്ങൾ ചെയ്തുകൊണ്ടിരിക്കുന്നു. എങ്കിലും അവനവിടെയില്ല. അവൻ ആഹാരം കഴിക്കുന്നു, നടക്കുന്നു, സംസാരിക്കുന്നു, സംസാരം ശ്രവിക്കുന്നു- പക്ഷെ അവനവിടെയില്ല. മനസ്സ് ലോകം മുഴുവനും അലഞ്ഞു നടക്കുകയാണ്. പുറമെ നിന്ന് നോക്കിയാൽ നിങ്ങൾ മേശയ്ക്കരികിലിരുന്ന് പ്രാതൽ കഴിക്കുകയായിരിക്കാം. എന്നാൽ അകമേ നിങ്ങൾ ചന്ദ്രനിലായിരിക്കും...... അല്ലെങ്കിൽ മറ്റേതെങ്കിലും വിഡ്ഢികളുടെ സ്വർഗ്ഗങ്ങളിൽ. ഞാൻ പറയുന്നത് ഒരാൾ ചന്ദ്രനിലേക്കു പോകരുതെന്നല്ല..... ഒരുവന് എവിടെയുമായിരിക്കുവാൻ കഴിയും. പക്ഷെ ഒരു കാര്യം തീർച്ചയാണ്, നിങ്ങൾ പ്രാതൽമേശയ്ക്കരികിലായിരിക്കുകയില്ല. അത് വെറും യാന്ത്രികമാണ്, നിങ്ങൾ വാരി നിറച്ചുകൊണ്ടിരിക്കുന്നു....

നാം നമ്മളെ സ്വയം യാന്ത്രികവിമുക്തമാക്കേണ്ടിയിരിക്കുന്നു. എല്ലാ പ്രവൃത്തികളിലും നാം അല്പം കൂടി മെല്ലെപ്പോക്ക് ശീലിക്കേണ്ടിയിരിക്കുന്നു. അങ്ങനെ നിങ്ങൾക്ക് ബോധവാനാകേണ്ടിയിരിക്കുന്നു. നടക്കുകയാണെങ്കിൽ, പഴയ ആവേഗത്തിൽ നടക്കരുത്, ആ പഴയ വേഗത ഒഴിവാക്കി അല്പ്പം സാവധാനമാക്കുക; ജാഗരൂകനായിരിക്കുവാൻ മാത്രം സാവധാനത്തിൽ; അല്ലാത്തപക്ഷം നിങ്ങൾ വീണ്ടും നിങ്ങളുടെ പഴയവേഗത സ്വരൂപിക്കും. അത് യാന്ത്രികമാണ്....

എല്ലാ കാര്യവും വളരെ നിശ്ശബ്ദമായി വളരെ സാവധാനത്തിൽ വളരെ ശാന്തമായി ശാലീനമായി ചെയ്യുക. അതുവഴി ഓരോ പ്രവൃത്തിയും അവബോ

ധത്തിൽ അഗാധമായൊരു ധ്യാനമായിത്തീരട്ടെ. നമ്മുടെ പ്രവൃത്തികളെ ധ്യാനമാക്കി മാറ്റുവാൻ നമുക്കു കഴിഞ്ഞാൽ, ധ്യാനം നമ്മുടെ ജീവിതത്തിൽ ഉടനീളം വ്യാപിപ്പിക്കുവാൻ കഴിഞ്ഞാൽ, പ്രഭാതം മുതൽ പ്രദോഷം വരെ. ഉണരുന്ന നിമിഷം ആദ്യമായി ഓർക്കുക..... കിടക്കയിൽ നിന്ന് എഴുന്നേൽക്കുമ്പോൾത്തന്നെ അതീവ ജാഗരൂകമായി വർത്തിക്കുക.

തുടക്കത്തിൽ പലതവണ നിങ്ങൾ മറന്നുപോകും; വീണ്ടുംവീണ്ടും സ്വയം ഓർമ്മിപ്പിച്ചുകൊണ്ടിരിക്കുക. പതുക്കെപ്പതുക്കെ, ഒരുവനതിന്റെ പാടവം ലഭിക്കുന്നു. നിങ്ങളുടെ ദൈനംദിന ജീവിതത്തിൽ എങ്ങനെ അവബോധവാനാകുവാൻ കഴിയുമെന്നതിനുള്ള പാടവം ഒരിക്കൽ നേടിക്കഴിഞ്ഞാൽ പിന്നെ ആ രഹസ്യമായ താക്കോൽ നിങ്ങൾക്ക് കിട്ടിക്കഴിഞ്ഞു. ഇതാണ് ഏറ്റവും പ്രധാനപ്പെട്ട കാര്യം. ആ രഹസ്യത്താക്കോലിനേക്കാൾ വിലപിടിച്ചതായി മറ്റൊന്നുമില്ല.

പ്രഭാതമനനം

സമ്പന്നനായിത്തീരുവാനുള്ള ഒരേയൊരു മാർഗ്ഗം ദൈവത്തിന്റെ അസ്തിത്വത്തിന് സുലഭ്യനായിത്തീരുകയാണ്, അവന്റെ എല്ലാ വർണ്ണങ്ങൾക്കും, എല്ലാ മാരിവില്ലുകൾക്കും എല്ലാ ഗാനങ്ങൾക്കും എല്ലാ വൃക്ഷങ്ങൾക്കും പുഷ്പങ്ങൾക്കും സുലഭ്യനായിരിക്കുക. കാരണം ദൈവത്തെ ദേവാലയങ്ങളിൽ കണ്ടെത്താനാവില്ല- ദേവാലയങ്ങൾ മനുഷ്യനിർമ്മിതിയാണ്. ദൈവത്തെ പ്രകൃതിയിൽ കണ്ടെത്തേണ്ടതുണ്ട്.

നക്ഷത്രങ്ങളിൽ നിങ്ങളവനെ കണ്ടെത്തും, ഭൂമിയിൽ നിങ്ങളവനെ കണ്ടെത്തും. ആദ്യമായി മഴപെയ്യുകയും മണ്ണിൽ നിന്ന് നറുമണം ഉയരുകയും ചെയ്യുമ്പോൾ ദൈവത്തെ നിങ്ങൾക്കവിടെ കാണുവാൻ കഴിയും. ഒരു പശുവിന്റെ കണ്ണുകളിൽ അല്ലെങ്കിൽ ഒരു കൊച്ചുകുട്ടിയുടെ കൊഞ്ചിച്ചിരിയിൽ നിങ്ങൾക്കവനെ കണ്ടെത്തുവാൻ കഴിയും. പുരോഹിതന്മാർ കണ്ടുപിടിച്ചിട്ടുള്ള സ്ഥലങ്ങളിലൊഴികെ മറ്റെല്ലായിടത്തും അവനെ കണ്ടെത്താൻ കഴിയും. പള്ളികൾ, അമ്പലങ്ങൾ, മോസ്ക്കുകൾ - അവ ശൂന്യമാണ്. മനുഷ്യരുടെ അത്രതന്നെ ശൂന്യം.

ജീവിതം വരുന്നതുപോലെ, യാതൊരുപാധിയും കൂടാതെ, സ്വീകരിക്കുവാൻ തയ്യാറാകുന്ന നിമിഷം ദൈവം ഒരുവന്റെ അടുത്തേക്ക് എല്ലാ മുക്കിലും മൂലയിലും നിന്ന് പാഞ്ഞടുക്കാൻ തുടങ്ങുന്നു. ജീവിതത്തിലെന്തെങ്കിലും അർത്ഥമുണ്ടായിരിക്കുവാനുള്ള, എന്തെങ്കിലും പ്രസക്തിയുണ്ടായിരിക്കുവാനുള്ള ഒരേയൊരു സാധ്യത ദൈവത്താൽ നിറഞ്ഞിരിക്കലാണ്. ദൈവത്തെ അറിഞ്ഞിട്ടുള്ള വ്യക്തി അമരത്വത്തെ അറിഞ്ഞിരിക്കുന്നു. അപ്പോൾ ശരീരം മാത്രമേ മരിക്കുന്നുള്ളു; അയാളുടെ സത്തയുടെ അവശ്യമായ അകക്കാമ്പ് എന്നെന്നേക്കും, എന്നെന്നേക്കും നിലനിൽക്കും.

പ്രദോഷമനനം

മനുഷ്യന്റെ ഭൂതകാലത്തു മുഴുവനും സന്താപ വാന്മാരായ ആളുകളുടെ മേൽകോയ്മയായിരുന്നു. സന്താപവാന്മാർ മറ്റുള്ളവരെ കീഴ്പ്പെടുത്തുന്നതിൽ വളരെയധികം അഭിരമിക്കുന്നു, അവർക്ക് മറ്റൊരാന ന്ദവുമില്ല. അവരുടെ ഏക ആനന്ദം മറ്റുള്ളവരെ മർദ്ദി ക്കുകയും അവരുടെ സ്വാതന്ത്ര്യത്തെ അടിച്ചമർത്തു കയും ചെയ്യലാണ്. കൂടുതൽ കൂടുതൽ ആളുകളെ ആനന്ദരഹിതരാക്കിത്തീർക്കുന്നതാണവരുടെ ഒരേ യൊരാനന്ദം. സന്തോഷവാന്മാരായ ആളുകളോട്, ആടുവാനും പാടുവാനും ആഹ്ലാദിക്കുവാനും കഴി യുന്നവരോട്, അവർക്ക് അതിയായ അസൂയയും വിദ്വേഷവുമാണ്.

സന്താപവാന്മാരായ ഇക്കൂട്ടർ നശിപ്പിച്ചിട്ടുള്ളത് എത്രമാത്രമെന്ന് കണക്കാക്കാനാവാത്തവിധം അത്ര വലുതാണ്. ഇക്കൂട്ടരെപ്പോലെ മനുഷ്യരാശിക്കിത്രയും ദ്രോഹം ചെയ്തിട്ടുള്ള ആരുമില്ല- ഇവരാണ് പോപ്പു മാർ, ശങ്കരാചാര്യന്മാർ, ആയത്തുള്ളമാർ, ഇമാമുമാർ. എല്ലാ മതങ്ങളുടെയും പുരോഹിതവൃന്ദം ഒന്നടങ്കം മാനവരാശിക്കെതിരായിരുന്നു. അതിപ്പോഴും അങ്ങനെ തുടരുന്നു.

ഇവിടെ എന്റെ പരിശ്രമം ഒരു നവീനമനുഷ്യനെ സൃഷ്ടിക്കുക എന്നതാണ്; ഒരു നവീന മനുഷ്യനെ സൃഷ്ടിക്കുവാൻ ഒരു നവീന ദർശനമുണ്ടെങ്കിൽ മാത്രമേ സാധ്യമാവുകയുള്ളു, മതാത്മകതയുടെ ഒരു പുതിയകാഴ്ചപ്പാടോടുകൂടി മാത്രമേ ആ നവീനമ നുഷ്യൻ സാധ്യമാവുകയുള്ളു.

ഞാൻ പഠിപ്പിക്കുന്നത് പ്രേമത്തിന്റെ, പൊട്ടിച്ചി രിയുടെ, ആഘോഷത്തിന്റെ മതമാണ്. ഇതെന്റെ സ്വന്തം അനുഭവമാണ്; നിങ്ങൾ അസ്തിത്വവുമായി

കൂട്ടിയിണക്കപ്പെടുന്നത് നിങ്ങൾ ആനന്ദവാനായി രിക്കുമ്പോൾ മാത്രമാണ്. അതിനാൽ ഞാൻ പഠിപ്പി ക്കുന്നത് പരമാനന്ദമാണ്, പരമാനന്ദമല്ലാതെ മറ്റു യാതൊന്നുമല്ല.

പ്രഭാതമനനം

ഓരോ നിമിഷവും ആദരവിന്റെ, വിസ്മയത്തിന്റെ നിമിഷമായിരിക്കണം. ജീവിതത്തെ ഒരു കൊച്ചു കുട്ടിയുടെ കണ്ണുകളോടു കൂടി നോക്കിക്കൊണ്ടിരിക്കുമ്പോൾ ലോകമാകെ ദൈവസമ്പൂർണ്ണമായിത്തീരുന്നു. നിങ്ങളുടെ ഹൃദയം നിറയെ വിസ്മയമായിരിക്കുമ്പോൾ, അപ്പോൾ ലോകം ദൈവത്താൽ നിറയുന്നു; നിങ്ങളുടെ ഹൃദയം അങ്കഗണിതപരവും കൗശലപൂർണ്ണവുമാണെങ്കിൽ ലോകത്തിൽ നിന്ന് ദൈവം അപ്രത്യക്ഷമാകുന്നു, ദൈവം മരിക്കുന്നു. അപ്പോൾ ദൈവവിഹീനമായൊരു ലോകത്തിലാണ് നിങ്ങൾ ജീവിക്കുന്നത്; ദൈവവിഹീനമായ ലോകത്തിൽ ജീവിക്കുന്നത് കൊള്ളാവുന്നൊരു ജീവിതമല്ല. ജീവിതത്തിന് ആകെക്കൂടി സാംഗത്യമേ ഇല്ലാതാകുന്നു. അത് തികച്ചും നിത്യസാധാരണമായിത്തീരുന്നു, ഒരു കമ്പോളച്ചരക്ക്- മനുഷ്യന് സംഭവിക്കാവുന്നതിൽ വെച്ചേറ്റവും വൈരൂപ്യമാർന്ന കാര്യമാണത്.

എന്റെ സന്ന്യാസിമാർ മനോഹരമായ ഒരു ജീവിതം നയിക്കേണ്ടതുണ്ട്. ശാലീനസുന്ദരമായ ഒരു ജീവിതം, കവിതയുടെ, സംഗീതത്തിന്റെ, ഉത്സവാഘോഷത്തിന്റെ ജീവിതം. നൃത്തം ചെയ്യുക, കാരണം നൃത്തത്തിലൂടെയാണ്..... സംഗീതമാലപിക്കുക, കാരണം സംഗീതത്തിലൂടെയാണ്..... നിങ്ങൾ ദൈവത്തിന് വഴക്കമാർന്നവനായിത്തീരുന്നത്, ദൈവത്തിനുനേരെ തുറന്നിരിക്കുന്നത്. അത് വാദപ്രതിവാദത്തിന്റെ ചോദ്യമല്ല, തെളിവുകളുടെ പ്രശ്നമല്ല, തത്വചിന്തയുടെയോ ദൈവശാസ്ത്രത്തിന്റെയോ പ്രശ്നമല്ല.

'പ്രേമം' എന്ന പദം സന്ന്യാസത്തെ കണിശമായി നിർവ്വചിക്കുന്നു. പ്രേമം നിറഞ്ഞ ഒരു ഹൃദയം സ്വാഭാ

വികമായും കവിത നിറഞ്ഞതാണ്. കവിതയിൽ ജീവി
ക്കുക എന്നതാണ് സന്ന്യാസിയായി വർത്തിക്കൽ.

പ്രദോഷമനനം

രണ്ടുവാക്കുകൾ ഓർത്തിരിക്കുക: ഭൂഗുരുത്വം, ദൈവകാരുണ്യം. ഭൂഗുരുത്വം ഭൂമിയുടെ നിയമമാണ്, അത് വസ്തുക്കളെ താഴോട്ട് വലിക്കുന്നു. ദൈവകാരുണ്യം സ്വർഗ്ഗത്തിന്റെ നിയമമാണ്. അത് കാര്യങ്ങളെ മേല്പ്പോട്ട് വലിക്കുന്നു. ശാസ്ത്രം ഭൂഗുരുത്വം കണ്ടെത്തി. മതം ദൈവകാരുണ്യം കണ്ടെത്തി.

സാധാരണഗതിയിൽ, ഭൂഗുരുത്വ നിയമത്തിനു കീഴിൽ നാം ജനിക്കുകയും ജീവിക്കുകയും ചെയ്യുന്നു. നമ്മുടെ ജീവിതമാകെ കീഴ്പ്പോട്ടുള്ള ഒരു വലിയാണ്. നാം ആരംഭിക്കുന്നത് ജനനത്തിലും അവസാനിക്കുന്നത് മരണത്തിലുമാണ്. പൂർണമായും സജീവമായിട്ടാണ് നാം തുടങ്ങുന്നത്, അവസാനിക്കുന്നത് ഒരു ശവശരീരമായും. ഇതാണ് ആ കീഴ്പ്പോട്ടുള്ള പ്രവാഹം.

ആന്തരികോന്മുഖമായി നീങ്ങുവാൻ തുടങ്ങാത്തിടത്തോളം ദൈവകാരുണ്യം, ആ രണ്ടാമത്തെ നിയമം പ്രവർത്തനക്ഷമമാകാൻ സാധ്യമല്ല. നാം ശരീരവുമായി താദാത്മ്യം പ്രാപിച്ചു നില്ക്കുകയാണെങ്കിൽ, അപ്പോൾ ഭൂമിയുടെ നിയമം തന്നെ പ്രവർത്തനം തുടരുന്നു; ശരീരം ഭൂമിയുടെ ഭാഗമാണ്. നാം ആന്തരികതയിലേക്ക് നീങ്ങാൻ തുടങ്ങുമ്പോൾ– അതാണ് ധ്യാനമെന്ന് പറയുന്നത്– ശരീരത്തിന്റെ ഭാഗമല്ലാത്ത ചിലതിനെക്കുറിച്ച് നാം ബോധവാന്മാരായിത്തീരുന്നു. അത് ശരീരത്തിനകത്താണ്, ശരീരമല്ല. ശരീരം ഒരു ക്ഷേത്രം മാത്രമാണ്. ക്ഷേത്രജ്ഞനല്ല, ദേവനല്ല. ശരീരത്തിനകത്ത് വസിക്കുന്ന ആ ആന്തരികദേവതയെക്കുറിച്ച് ഒരിക്കൽ ബോധവാനായിത്തീർന്നു കഴിഞ്ഞാൽ, രണ്ടാമത്തെ നിയമം ഉടനടി പ്രവർത്തനക്ഷമമായിത്തുടങ്ങുന്നു; നിങ്ങൾ മേല്പ്പോട്ട് വലിക്കപ്പെടുന്നു. ജീവിതം കൂടുതൽ കൂടുതൽ ഐശ്വ

ര്യപൂർണമായിത്തീരുന്നു, സമ്പന്നമായിത്തീരുന്നു. അത് കൂടുതൽ കൂടുതൽ പരിപൂർണമായിത്തീരുകയും അനന്തമായിത്തീരുകയും ചെയ്യുന്നു. അത് ആകാശത്തിനു നേരെ നീങ്ങുന്നു, ആകാശത്തോളം വിസ്തൃതമായിത്തുടങ്ങുന്നു, ആകാശംപോലും അതിന്റെ പരിധിയല്ല. ആ രഹസ്യം ധ്യാനമാണ്.

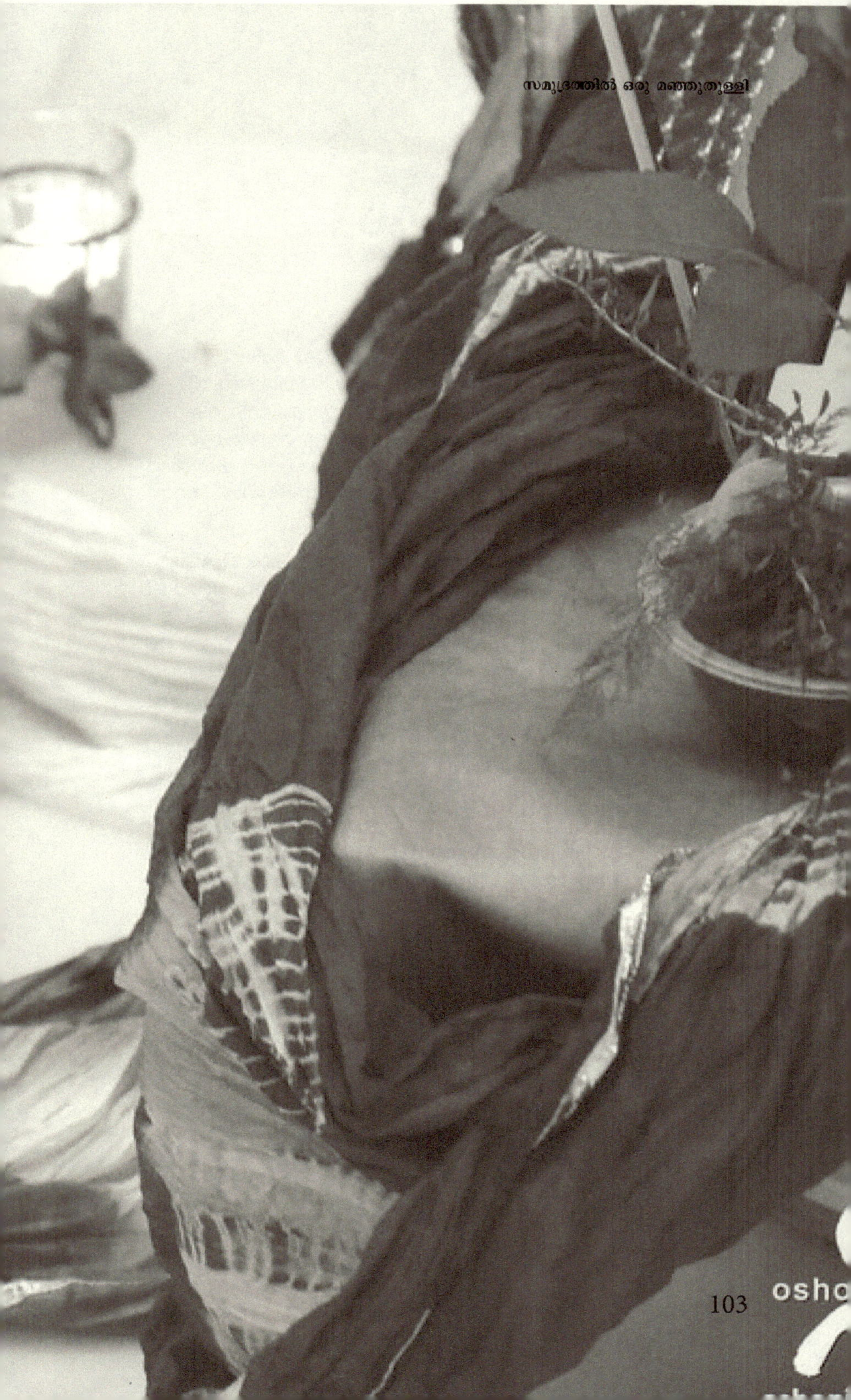
osho

20

പ്രഭാതമനനം

എല്ലാ മതങ്ങളും പരാജയപ്പെട്ടു കഴിഞ്ഞു. മാനവരാശി മതാത്മകമായിത്തീർന്നിട്ടേയില്ല. ആയിരക്കണക്കിന് വർഷങ്ങളുടെ മതപഠനത്തിനുശേഷവും കാര്യമായി ഒന്നും സംഭവിച്ചിട്ടില്ല. അടിസ്ഥാനപരമായി എന്തോ പിശക് പറ്റിയിരിക്കുന്നു; മതങ്ങൾ പഠിപ്പിച്ചുപോന്നതിൽ അടിസ്ഥാനപരമായി തന്നെ എന്തോ പിശകുണ്ടായിരുന്നു.

അവർ ആളുകളോട് പറഞ്ഞുകൊണ്ടിരുന്നത്: നല്ലവനായി വർത്തിക്കുക. ആദ്യം പുണ്യവാനായിരിക്കുക, സാന്മാർഗ്ഗികനായി വർത്തിക്കുക. അപ്പോൾ പരമാനന്ദം നിങ്ങൾക്ക് പ്രതിഫലമായി ലഭിക്കും എന്നായിരുന്നു. എന്നാൽ അത് ശരിയല്ല. അത് സത്യത്തിന് നേരെ വിപരീതമാണ്. ആനന്ദപൂർണനായി വർത്തിക്കുക, അപ്പോൾ നിങ്ങൾ നല്ലവനായിരിക്കും. ആനന്ദവാനായ ഒരു വ്യക്തിക്ക് ഒരാളോടും മോശമായി പെരുമാറാൻ സാധ്യമല്ല, അയാൾക്ക് തെറ്റു ചെയ്യാനാവില്ല- അതസാധ്യമാണ്.

എല്ലാവർക്കും അവരുടെ കുട്ടികളെ സഹായിക്കണമെന്നുണ്ട്; അവരുടെ ഉദ്ദേശ്യങ്ങൾ നല്ലതു തന്നെയാണെങ്കിലും അതിന്റെ പരിണിതഫലം നല്ലതല്ല. അദ്ധ്യാപകർക്ക് വിദ്യാർത്ഥികളെ സഹായിക്കണമെന്നുണ്ട്; കൂടുതൽ മെച്ചപ്പെട്ട പൗരന്മാരെ വാർത്തെടുക്കുവാൻ വേണ്ടിയാണ് സർവ്വകലാശാലകൾ നിലകൊള്ളുന്നത്. എന്നാൽ അതൊന്നും സംഭവിക്കുന്നില്ല. പള്ളികളും പുരോഹിതന്മാരും ക്ഷേത്രങ്ങളും എല്ലാം ശ്രമിക്കുന്നത് കൂടുതൽ സുന്ദരമായ ഒരു ജീവിതം സൃഷ്ടിക്കുവാനാണ്. എന്നാൽ അതു കൂടുതൽ കൂടുതൽ വൈരൂപ്യമാർന്നതായിത്തീർന്നുകൊണ്ടിരിക്കുകയാണ്. ഞാനവരുടെ ഉദ്ദേശ്യങ്ങളെ

ക്കുറിച്ച് സംശയിക്കുന്നില്ല. അവരുടെ ഉദ്ദേശ്യങ്ങൾ എല്ലാം വളരെ നല്ലതുതന്നെ. പക്ഷെ അവ അശാസ്ത്രീയമാണ്. നിങ്ങൾക്ക് ദീർഘായുസ്സുണ്ടാകുവാൻ അവർ ആഗ്രഹിക്കുന്നു, എങ്കിലും അവർ നിങ്ങൾക്ക് നൽകിക്കൊണ്ടിരിക്കുന്നത് വിഷമാണ്.

അവരുടെ ആഗ്രഹം നല്ലതാണ്. എന്നാൽ അവർ ചെയ്യുന്നത് മോശമായ കാര്യമാണ്. അത് നല്ലതാകുവാൻ സാധ്യമല്ല. അവർ ദുഃഖിതരാണ്. അതിനാൽ അവർ ചെയ്യുന്നതെന്തും മറ്റുള്ളവർക്ക് ദുഃഖം മാത്രമേ വരുത്തിത്തീർക്കുകയുള്ളു. നമുക്ക് കാലേക്കൂട്ടി കൈവശമായിത്തീർന്നിട്ടുള്ളതു മാത്രമേ മറ്റുള്ളവർക്ക് നൽകുവാൻ നമുക്ക് കഴിയുകയുള്ളു; നേരെ തിരിച്ച് അസംഭാവ്യമാണ്. നിങ്ങളിൽ നിറയെ വെളിച്ചമായിരിക്കുമ്പോൾ, നിങ്ങളുടെ സത്തയാകെ പരമാനന്ദപൂർണ്ണമായിരിക്കുമ്പോൾ സ്വാഭാവികമായും നിങ്ങൾ എന്തുചെയ്താലും അത് മറ്റുള്ളവർക്ക് ആനന്ദം കൈവരുത്തും.

പരമാനന്ദപൂർണത കൈവരുന്നത് ധ്യാനത്തിലൂടെയാണ്,അല്ലാതെ പുണ്യവാനായിരിക്കുന്നതുകൊണ്ടല്ല. ധ്യാനം പരമാനന്ദം കൊണ്ടുവരുന്നു, പരമാനന്ദം പുണ്യവും കൊണ്ടുവരുന്നു. ഇതാണ് അടിസ്ഥാനപരമായ നിയമം.

പ്രദോഷമനനം

ശരീരത്തിന് ഒരു പരിമിതിയുണ്ട്, അത് ജീവിതത്തിനും മരണത്തിനുമിടയിൽ തളയ്ക്കപ്പെട്ടിരിക്കുന്നു; മനസ്സും അങ്ങനെ തന്നെ. മനസ്സ് ശരീരത്തിൽ നിന്ന് ഭിന്നമല്ല. മനസ്സ് അതിന്റെ ആന്തരികഘടകമാകുന്നു. ശരീരത്തിന്റെ അകമാണ് മനസ്സ്, അഥവാ മനസ്സിന്റെ പുറമാണ് ശരീരം. ഭാഷകൾ ഇവ രണ്ട് വ്യതിരിക്ത ഉണ്മകളാണെന്നുള്ള തെറ്റായ ഒരാശയം നൽകുന്നു. ശരീരവും മനസ്സും എന്നു പറയുന്നതു പോലെയല്ല കാര്യങ്ങൾ. സത്യം ശരീരമനസ്സ് എന്നുള്ളതാണ്. അതൊരു ഒറ്റ വാക്കാണ്, ഒറ്റ യാഥാർത്ഥ്യം. ഏതൊരു നാണയത്തിനും രണ്ടുവശങ്ങളുള്ളതു പോലെ, ഏതൊരു ചുമരിനും രണ്ടുപുറങ്ങളുള്ളതുപോലെ ശരീരമനസ്സിന്റെ സ്ഥിതിയും അങ്ങനെ തന്നെയാണ്.

ശരീരം പരിമിതമാണ്, മനസ്സ് പരിമിതമാണ്. അതിനാൽ അതുമൂലം ഉണ്ടാകുന്നതാണ് മരണഭയം.

ശരീരത്തിന് ഭയാലുവാകുവാൻ സാധ്യമല്ല. കാരണം അത് അബോധാത്മകമാണ്. എന്നാൽ മനസ്സിന് ഭയാലുവാകുവാൻ കഴിയും. മനസ്സ് നിരന്തരം വിറകൊള്ളുകയാണ്. അധികം താമസിയാതെ ആ പൂർണവിരാമം വരാൻ പോകുന്നുവെന്നാണ് ഭയം. പൂർണ്ണവിരാമത്തേക്കാൾ കൂടുതലായി, നാം ഇതുവരെയൊന്നും നേടിയിട്ടില്ല, ജീവിതം വാർന്നൊഴിഞ്ഞുകൊണ്ടിരിക്കയാണെന്നുള്ളതാണ് പ്രശ്നം. ഓരോ നിമിഷവും മരണം അടുത്തെത്തി കൊണ്ടിരിക്കുകയും ജീവിതം നമ്മുടെ കൈകളിൽ നിന്ന് വഴുതിപ്പോവുകയും ചെയ്തുകൊണ്ടിരിക്കുന്നു. തന്മൂലമാണ് ആ ഭയം, ആ ഉത്കണ്ഠ, ആ വ്യഥ. ഒരുവൻ സാവധാനം ശരീരമനസ്സിൽ നിന്നും സ്വയം താദാത്മ്യവിമുക്തനായിത്തീരേണ്ടതുണ്ട്. അത് സാധ്യവു

മാണ്, അങ്ങനെ ചെയ്യപ്പെട്ടിട്ടുണ്ട്. എല്ലാവർക്കും അതിന് പ്രാപ്തിയുമുണ്ട്. ഇത് അസാധ്യമായ കാര്യമല്ല- പക്ഷെ തീർച്ചയായും പ്രയാസകരമാണ്. എങ്കിലും അസാധ്യമല്ല. അത് പ്രയാസകരമായിരിക്കുന്നതു നല്ലതുതന്നെ, കാരണം അതൊരു വെല്ലുവിളി നൽകുന്നു.

പ്രഭാതമനനം

നിങ്ങൾക്ക് പരമാനന്ദപൂർണനാകണമെന്നുണ്ടെങ്കിൽ ദുഃഖം സൃഷ്ടിക്കുന്ന പല കാര്യങ്ങൾക്കുമെതിരെ നിങ്ങൾക്ക് കലാപം ചെയ്യേണ്ടിവരും..... എന്നാൽ സമൂഹത്തിനാവശ്യം നിങ്ങൾ ദുഃഖിതനായിത്തന്നെ ഇരിക്കുന്നതാണ്. സമൂഹമെന്തിനാണ് നിങ്ങൾ ദുഃഖിതനായിരിക്കുന്നതിൽ തല്പരമായിരിക്കുന്നത്? അതിനുള്ള കാരണങ്ങൾ ഇവയാണ്: ദുഃഖിതനായ ഒരു വ്യക്തി നിയന്ത്രണവിധേയനായിരിക്കും. ദുഃഖിതനായ വ്യക്തി എപ്പോഴും വളരെ താഴ്ന്ന ഒരു ഊർജ്ജനിലയിലായിരിക്കും. തന്മൂലം അയാളെ അടിമയാക്കുവാൻ സാധിക്കും. ദുഃഖം ഏതാണ്ട് ഒരു ആത്മീയ വരിയുടക്കൽ പോലെയാണ്.

അതിസൂക്ഷ്മമായൊരു തന്ത്രമാണത്. തുടക്കം മുതൽക്കു തന്നെ പതുക്കെ കുട്ടിയെ ആത്മീയമായി വരിയുടക്കുന്നു, ആത്മീയമായി അശക്തനാക്കി മാറ്റുന്നു. അവനെക്കൊണ്ട് എല്ലാത്തരത്തിലുമുള്ള വിഡ്ഢിത്തങ്ങളോടും അനുസരണയുള്ളവനായിരിക്കുവാൻ നിർബന്ധിതനാക്കുന്നു. അവനിൽ കാര്യങ്ങൾ അടിച്ചേൽപ്പിക്കുന്നു, അവൻ നിസ്സഹായനുമാണ്. അവനവന്റെ മാതാപിതാക്കളെ ആശ്രയിക്കുന്നു. അവരുടെ തുണയില്ലാതെ അവന് നിലനിൽക്കാനാവില്ല എന്നവനറിയാം. അതിനാലവന് ഒത്തുതീർപ്പിന് വഴങ്ങേണ്ടി വരുന്നു. ഇങ്ങനെ പതുക്കെപ്പതുക്കെ താൻ ഒരുപാട് ഒത്തുതീർപ്പുകൾക്ക് വഴങ്ങിക്കഴിഞ്ഞുവെന്ന കാര്യം അവൻ തികച്ചും മറന്നുപോകുന്നു. സ്വന്തം കാലിൽ നിൽക്കുവാൻ കഴിയുന്ന കാലമാകുമ്പോഴേക്കും സ്വാതന്ത്ര്യമെന്തെന്ന്, ധിഷണാശാലിയായിരിക്കുന്നതിന്റെ സൗന്ദര്യമെന്തെന്ന് അവൻ തീർത്തും മറന്നുപോകുന്നു- അവനൊരു അടിമയായിക്കഴിഞ്ഞി

രിക്കുന്നു. ഈ സമൂഹം.... 'ഈ സമൂഹം' എന്നു പറയുമ്പോൾ ഞാനുദ്ദേശിക്കുന്നത് ലോകത്തിൽ ഇന്നു നിലവിലുള്ള എല്ലാ സമൂഹങ്ങളെയുമാണ്; അവയെല്ലാം ഒരു കാര്യം ചെയ്തുകഴിഞ്ഞിരിക്കുന്നു, അവ മനുഷ്യന്റെ ആത്മബോധം നശിപ്പിച്ചിരിക്കുന്നു.

ഇവിടെ എന്റെ ശ്രമം നിങ്ങളെ ഒരിക്കൽകൂടി സജീവനാക്കുവാനാണ്, കുഴിമാടത്തിൽ നിന്ന് നിങ്ങളെ തിരിച്ചു വിളിക്കുവാനാണ്. എന്റെ സന്ന്യാസിമാർ കലാപകാരികളാകേണ്ടതുണ്ട്, ധിഷണാശാലികളാകേണ്ടതുണ്ട്, അപ്പോൾ മാത്രമേ അവർക്ക് ആനന്ദവാന്മാരാകുവാൻ കഴിയൂ. ആനന്ദപൂർണ്ണനാകുന്നതിനു വേണ്ടി എല്ലാ ആപത്സാധ്യതകളേയും ഏറ്റെടുക്കുക, കാരണം, പരമാനന്ദത്തേക്കാൾ മൂല്യമുള്ളതായി മറ്റൊന്നുമില്ല. അതായിരിക്കട്ടെ ജീവിത്തിലെ ഏക ലക്ഷ്യം. മറ്റുള്ളതെല്ലാം രണ്ടാംതരമാണ്, അപ്രസക്തമാണ്.

പ്രദോഷമനനം

മൃതമായ എല്ലാറ്റിനുമെതിരെ, ധൈഷണികമല്ലാത്ത എല്ലാറ്റിനുമെതിരെ കലാപം ചെയ്യൽ ഏറ്റവും മഹത്തായ സാഹസികതയാണ്, മഹത്തായ വിപ്ലവമാണത്. അത് നിങ്ങൾക്ക് ആത്മാവിന് പൂർണത നൽകുന്നു. ബുദ്ധിപൂർണത നൽകുന്നു. വാസ്തവത്തിൽ അത് നിങ്ങളിൽ ഒരു ഉദ്ഗ്രഥിത വ്യക്തിയെ സൃഷ്ടിക്കുന്നു. ആ ഉദ്ഗ്രഥനത്തിൽ മാത്രമാണ് പരമാനന്ദപുഷ്പങ്ങൾ വിടരുന്നത്. അവ പുഷ്പിക്കുകയും നിങ്ങൾ വളരുവാൻ തുടങ്ങുകയും ചെയ്യുന്നു. അല്ലാത്തപക്ഷം ആളുകൾ ഏതാണ്ട് വരൾച്ച മുരടിച്ചതായി നിലകൊള്ളുന്നു.

മനുഷ്യന്റെ ശരാശരി മനഃശാസ്ത്രപരമായ പ്രായം വെറും പന്ത്രണ്ട് വയസ്സ് മാത്രമാണ്. നാം ജീവിക്കുന്നത് ഒരു വളർച്ച മുരടിച്ച ലോകത്തിലാണ്. എൺപതോ തൊണ്ണൂറോ വയസ്സ് പ്രായമുള്ള ആളുകൾക്ക് പോലും ഭൗതികമായി മാത്രമാണ് പ്രായമാകുന്നത്. അവർ വൃദ്ധരായിരിക്കുന്നുവെങ്കിലും മനശ്ശാസ്ത്രപരമായി അവരുടെ പ്രായം പന്ത്രണ്ടിനോടടുത്ത് മാത്രമാണ്. അതിനാൽ ചിലപ്പോൾ അവർ അവരുടെ പ്രായം മറന്നു പോവുകയും ബാലിശമായ രീതിയിൽ പെരുമാറാൻ തുടങ്ങുകയും ചെയ്യുന്നത് നിങ്ങൾക്കു കാണാം. അവർ സാധാരണ കഴിക്കുന്നതിനേക്കാൾ അല്പം കൂടുതൽ വിസ്കി അവർക്കു നല്ക്കുക. ഉടനെ ഒരു മണ്ടനായ കുട്ടിയെപ്പോലെ അവർ പെരുമാറുന്നത് നിങ്ങൾക്ക് കാണാൻ കഴിയും. വിസ്കിക്ക് മണ്ടത്തരം സൃഷ്ടിക്കാൻ കഴിയില്ല, അത് സൃഷ്ടിക്കുവാനുള്ള രാസപരമായ ചേരുവകളൊന്നും അതിലില്ല. നേരത്തെ തന്നെ അതവിടെയുണ്ടെങ്കിൽ വിസ്കി അതു വെളിപ്പെടുത്തും എന്നതാണ് ശരി. അതിനു നിങ്ങളുടെ യാഥാർത്ഥ്യത്തെ വെളിപ്പെടു

ത്താൻ മാത്രമേ കഴിയൂ, നിങ്ങളോടെന്തെങ്കിലും കൂട്ടിച്ചേർക്കുവാൻ അതിന് കഴിയില്ല. അതിനൊന്നും മായ്ച്ചു കളയുവാനും കഴിയില്ല. അതിന് നിങ്ങളുടെ നിയന്ത്രണം, നിങ്ങളുടെ അടിച്ചമർത്തൽ ഓഫ് ചെയ്യുവാൻ മാത്രമേ കഴിയൂ. ഒരാളെ ഒന്ന് അവഹേളിച്ചു നോക്കുക, നിമിഷങ്ങൾക്കകം അയാൾ എൺപതിൽ നിന്ന് പന്ത്രണ്ടിലേക്കെത്തും. അയാൾക്ക് കലിപിടിക്കും. അയാളുടെ അറിവും അനുഭവവുമെല്ലാം അയാൾ മറക്കും.

ധൈര്യവാനായിരിക്കുക, വൈകാരികമായി തീവ്രമായ രീതിയിൽ ധൈര്യവാനാവുക, സമ്പൂർണമായും ധൈര്യവാനാവുക. എല്ലാം അപകടപ്പെടുത്തിക്കൊണ്ടും ധൈര്യവാനാവുക. കാരണം എല്ലാ അപകടങ്ങളെയും ഏറ്റെടുക്കുവാൻ തയ്യാറാവുന്നില്ലെങ്കിൽ നിങ്ങൾക്ക് നിങ്ങളുടെ ജീവിതത്തിന്റെ മറഞ്ഞിരിക്കുന്ന ചാരുത അറിയുവാനാകില്ല. എല്ലാ അപകട സാധ്യതകളെയും ഏറ്റെടുക്കുമ്പോൾ നിങ്ങളുടെ ജീവിതം ആദ്യമായി അതിന്റെ ആത്യന്തികമായ പരിധിയോളം വിടരുന്നു.

22

പ്രഭാതമനനം

ഈ നിമിഷം മുതൽ നിങ്ങളെത്തന്നെ ഭൂതത്തിൽ നിന്ന് വേർപ്പെടുത്തുക. ഈ നിമിഷം മുതൽ ആയുസ്സിനെ എണ്ണാൻ തുടങ്ങുക. ഒരു വർഷം കഴിയുമ്പോൾ നിങ്ങൾക്കൊരു വയസ്സാകും. കടന്നുപോയ ജീവിതം വെറുമൊരു സ്വപ്ന പ്രതിഭാസമായിരുന്നു. ഇപ്പോൾ നിങ്ങൾ ഉണർന്നെഴുന്നേല്ക്കണം, കൂടുതൽ ജാഗരൂകനായിത്തീരണം. കൂടുതൽ നിരീക്ഷണപടുവായിരിക്കണം, കൂടുതൽ അവബോധവാനായിരിക്കണം.

കൂടുതൽ ബോധവാനായി വർത്തിക്കലിലേക്ക് ഒരിക്കൽ നീങ്ങിത്തുടങ്ങിയാൽ പിന്നെ നിങ്ങൾ കൂടുതൽ പ്രേമപൂർണനായിത്തീരുന്നു, കൂടുതൽ ആനന്ദപൂർണനായിത്തീരുന്നു, കൂടുതൽ ദൈവികനായിത്തീരുന്നു. ആദ്യമായി, ജീവിതം മഹത്തായ ഒരു വരദാനമാണെന്ന്, ദൈവത്തിൽ നിന്നുള്ള ഒരു ആശീർവാദമാണെന്ന് നിങ്ങൾക്ക് തോന്നിത്തുടങ്ങുന്നു. അതോടെ മഹത്തായ ഒരു കൃതജ്ഞത ഹൃദയത്തിൽ നിന്ന് ഉയർന്നുപൊങ്ങുന്നു: അതാണ് ശരിയായ പ്രാർത്ഥന.

പ്രദോഷമനനം

നമ്മുടെ മുഴുവൻ ഊർജ്ജവും ധ്യാനത്തിലേക്ക് പകരുന്നില്ലെങ്കിൽ അതൊരു സ്വപ്നമായിത്തന്നെ നിലനിൽക്കും, അതൊരിക്കലും ഒരു യാഥാർത്ഥ്യമായിത്തീരുകയില്ല. ധ്യാനത്തിന് നമ്മുടെ സമ്പൂർണത ആവശ്യമാണ്. ഭാഗികമായി അത് ചെയ്യാനാവില്ല. വല്ലപ്പോഴുമൊരിക്കൽ മാത്രം അത് സാധ്യമല്ല, ദിവസവും ഒരു മണിക്കൂർ അല്ലെങ്കിൽ വൈകുന്നേരം ഒരു കാൽ മണിക്കൂർ. പരിവർത്തനം സാധ്യമാകുന്നത് നിങ്ങളുടെ ദിവസത്തിന്റെ ഇരുപത്തിനാല് മണിക്കൂറും ഒരു നിരന്തര ധ്യാനമായിത്തീരുമ്പോഴാണ്, അതൊരു നൈരന്തര്യമായിരിക്കുമ്പോഴാണ്. അതിനാൽ നിങ്ങൾ എന്തു ചെയ്യുകയാണെങ്കിലും- നടക്കുമ്പോൾ നിങ്ങൾ ധ്യാനിക്കുകയാണ്, ആഹാരം കഴിക്കുമ്പോൾ നിങ്ങൾ ധ്യാനിക്കുകയാണ്, ശ്രദ്ധിച്ചുകൊണ്ടിരിക്കുമ്പോൾ, വർത്തമാനം പറഞ്ഞുകൊണ്ടിരിക്കുമ്പോൾ എല്ലാം നിങ്ങൾ ധ്യാനിക്കുകയാണ്......

ധ്യാനം എന്നതുകൊണ്ട് ഞാൻ കേവലം അർത്ഥമാക്കുന്നത് ഒരു അവബോധം എന്നാണ്. ഒരുവൻ എന്തുചെയ്യുകയാണെങ്കിലും ആ ഓരോ പ്രവൃത്തിയെക്കുറിച്ചും അയാൾ തികച്ചും അവബോധവാനാണ്- ഭൗതികം, മാനസികം, വൈകാരികമായ ഏതു പ്രവൃത്തിയും- അപ്പോൾ ധ്യാനം ദിവസം ഇരുപത്തിനാല് മണിക്കൂർ നേരത്തേയ്ക്കുള്ള ഒരു പ്രതിഭാസമായിത്തീരുന്നു. ഒരു ദിനം ആ ദിവ്യാത്ഭുതം സംഭവിക്കുന്നു. അതായത് ഒരുവന് ധ്യാനാത്മകമായ അവബോധത്തോടുകൂടി ഉറങ്ങുവാൻ കഴിയുന്നു. ശരീരം ഉറങ്ങുന്നുവെങ്കിലും അഗാധതയിലെവിടെയോ ഒരു അവബോധപ്രവാഹം തുടർന്നു കൊണ്ടിരിക്കുന്നു; നിങ്ങൾ ഉറക്കത്തിലാണെന്നതിനെക്കുറിച്ച്

നിങ്ങൾ ബോധവാനാണ്. തികച്ചും വിരോധാഭാസപരമായ ഒരു പ്രതിഭാസം, എങ്കിലും അതു സംഭവിക്കുന്നു. ആ സുദിനത്തിൽ ധ്യാനം അതിന്റെ പൂർണതയിലെത്തുന്നു. അതതിന്റെ സാകല്യത്തിൽ അറിയപ്പെടുന്നു. അത് സംഭവിക്കുന്നതുവരെ പിന്നെയും എന്തോ ബാക്കി നില്ക്കുന്നുണ്ട്. അതിനുശേഷം മാത്രമേ ഒരു മനുഷ്യന് ധ്യാനാത്മകമായി മരിക്കുവാൻ കഴിയൂ. ധ്യാനാത്മകമായി ഉറങ്ങുവാൻ കഴിയുന്നില്ലെങ്കിൽ പിന്നെ എങ്ങനെയാണ് നിങ്ങൾക്ക് ധ്യാനാത്മകമായി മരിക്കുവാൻ കഴിയുക? ധ്യാനാത്മകമായി മരിക്കുവാൻ കഴിയുന്ന മനുഷ്യൻ ഒരിക്കലും വീണ്ടും ജനിക്കുന്നില്ല. അയാൾ നിത്യമായ പ്രപഞ്ചത്തിന്റെ ഭാഗമായിത്തീരുന്നു. അയാൾ നിത്യതയിൽ, അസ്തിത്വത്തിൽ ജീവിക്കുന്നു. അയാൾ പിന്നീടൊരിക്കലും ശാരീരികമായ തടവറയിലേക്ക് വലിച്ചെറിയപ്പെടുന്നില്ല.

23

പ്രഭാതമനനം

ഒരുവന് വളരെ എളുപ്പത്തിൽ തന്റെ ജീവിതം പാഴാക്കുവാൻ കഴിയുന്നു. കാരണം അത്രത്ര ഹ്രസ്വമാണ്. പക്ഷെ നിങ്ങൾ ആളുകളോട് ചോദിച്ചു നോക്കുക, ''നിങ്ങൾ എന്തിനാണ് ചീട്ടു കളിച്ചുകൊണ്ടിരിക്കുന്നത്, ഇത്രയും ആഴത്തിൽ ചെസ്സ് കളിയിൽ മുഴുകിയിരിക്കുന്നത്?'' അവർ പറയും, ''ഞാൻ സമയം കൊല്ലുകയാണ്.'' അത് വിചിത്രമാണ്. അവർ പറയുന്നത് കേട്ടാൽ തോന്നുക അവർക്കു വേണ്ടതിലും എത്രയോ അധികം സമയമുണ്ടെന്നാണ്. സമയം അത്രയും പ്രയോജനകരമല്ലാത്ത എന്തോ ഒന്നാണെന്നപോലെ, നിങ്ങൾക്കതു കൊല്ലേണ്ടി വരുന്നു.

സമയം ഏറ്റവും വിലയേറിയതാണ്. അത് കൈവിട്ടു കഴിഞ്ഞാൽ എന്നെന്നേയ്ക്കുമായി കൈവിട്ടതു തന്നെ, നമുക്ക് അധികസമയമൊട്ടില്ലതാനും. ജീവിതം വളരെ ഹ്രസ്വമാണ്. അതു വളരെ വേഗത്തിൽ പാഞ്ഞുകൊണ്ടിരിക്കുന്നു. ജനനത്തിനും മരണത്തിനുമിടയ്ക്ക് ഏറെ ഇടവേളയില്ല. ആളുകൾ കാര്യമറിയാതെ സമയം കൊല്ലുകയാണ്. വാസ്തവത്തിൽ അതു നേരെതിരിച്ചാണ് സംഭവിക്കുന്നതെന്ന് അവരറിയുന്നില്ല: സമയം നിങ്ങളെ കൊല്ലുകയാണ്.

പ്രദോഷമനനം

പ്രായമായ ആളുകൾ സഹിക്കപ്പെടാൻ പറ്റാത്തവരായിത്തീരുന്നുവെന്നത് ആകസ്മികമല്ല. വൃദ്ധന്മാരോടൊപ്പം ജീവിക്കുക എന്നത് വളരെ പ്രയാസകരമാണ്, അവർ നിങ്ങളുടെ മാതാപിതാക്കളായാൽ പോലും. അതിനുള്ള ലളിതമായ കാരണം അവരുടെ ജീവിതം മുഴുവനും വാർന്നു പോയിരിക്കുന്നുവെന്നുള്ളതാണ്. അവർക്കു ജീവിതം കൈപ്പേറിയതായി അനുഭവപ്പെടുന്നു. അവർ എല്ലാറ്റിലും കയറി അവരുടെ നിഷേധാത്മകത്വം വലിച്ചെറിയുന്നു. അവർക്കു കുട്ടികളെ സഹിക്കാനാകുന്നില്ല. കുട്ടികൾ സന്തോഷവാന്മാരായിരിക്കുന്നത്, അവർ ആടുകയും പാടുകയും ചെയ്യുന്നത്, സന്തോഷത്താൽ ഒച്ചവെയ്ക്കുന്നത് അവർക്ക് സഹിക്കാനാവുന്നില്ല. വാസ്തവത്തിൽ ജീവിതമെന്നുപറയുന്ന എല്ലാറ്റിനോടും അവർക്ക് കേവലം വെറുപ്പാണ് തോന്നുന്നത്. അവർ എല്ലാറ്റിലും കാരണം കണ്ടുപിടിക്കുകയും ചെയ്യുന്നു.... ഈ സ്വഭാവമില്ലാത്ത വൃദ്ധനെ, ഒരു വ്യക്തിയെ കണ്ടെത്തുക അപൂർവ്വമാണ്. കടുത്ത സ്വഭാവക്കാരനല്ലാത്ത വൃദ്ധനായ ഒരു വ്യക്തിയുണ്ടെങ്കിൽ, അതിനർത്ഥം അയാൾ തന്റെ ജീവിതം ശരിക്കും മനോഹരനമായി ജീവിച്ചിരിക്കുന്നുവെന്നാണ്, അയാൾ യഥാർത്ഥത്തിൽ വളർച്ച പ്രാപിച്ചിരിക്കുന്നു. അപ്പോൾ വൃദ്ധന്മാർക്ക് അപാരമായ സൗന്ദര്യം ഉണ്ടാകുന്നു. ഒരു ചെറുപ്പക്കാരനും ഒരിക്കലും ഉണ്ടാകുവാൻ കഴിയാത്ത സൗന്ദര്യം. അദ്ദേഹത്തിന് ഒരു പ്രത്യേക പക്വതയുണ്ട്, ഒരു പാഠമായിത്തീരൽ, അയാൾക്ക് ഋതുഭേദങ്ങൾ കൈവന്നിരിക്കുന്നു. ഒരുപാട് കാണുകയും അനുഭവിക്കുകയും ചെയ്തിരിക്കുന്നു. അദ്ദേഹം അസ്തിത്വത്തോട് അപാരമായി നന്ദിയുള്ളവനാണ്. എന്നാൽ അത്തരത്തിൽപ്പെട്ട ഒരു വൃദ്ധനെ കണ്ടെ

ത്തുവാൻ പ്രയാസമാണ്, കാരണം അതിനർത്ഥം അദ്ദേഹം ഒരു ബുദ്ധനാണ്, ഒരു ക്രിസ്തുവാണ്, ഒരു കൃഷ്ണനാണ് എന്നത്രേ.

ജാഗരണം പ്രാപിച്ച ഒരു വ്യക്തിക്ക് മാത്രമേ വാർദ്ധക്യത്തിൽ വെറുക്കപ്പെടുന്നവനാകാതെ വർത്തിക്കുവാൻ കഴിയൂ- കാരണം മരണം വരുന്നു, ജീവിതം പോയിക്കഴിഞ്ഞു, സന്തോഷിക്കുവാനായി എന്താണുള്ളത്? ഒരുവൻ കേവലം കോപിഷ്ടനാകുന്നു.

ഈ കടുത്ത അവസ്ഥ അജ്ഞതയുടെ ഒരു അവസ്ഥയാണ്. നിങ്ങൾ അതിനപ്പുറം പോകേണ്ടതുണ്ട്. നിങ്ങളെ അപ്പുറം കൊണ്ടുപോകുന്ന പാലമായിത്തീരുന്ന അവബോധം നിങ്ങളഭ്യസിക്കേണ്ടതുണ്ട്. ആ അപ്പുറം പോകൽ തന്നെ വിപ്ലവമാകുന്നു. നിങ്ങൾ യഥാർത്ഥത്തിൽ, എല്ലാ പരാതികൾക്കുമപ്പുറം,'അല്ല'കൾക്കുമപ്പുറം പോയിക്കഴിയുന്ന നിമിഷം, അപ്പോഴവിടെ അപാരമായൊരു 'അതെ' ഉയർന്നുവരുന്നു- കേവലം അതെ അതെ അതെ- അവിടെ മഹത്തായ സൗരഭ്യമുണ്ട്. കയ്പ്പായിത്തീർന്ന അതേ ഊർജ്ജംതന്നെ സൗരഭ്യമായിത്തീരുന്നു.

പ്രഭാതമനനം

ജീവിതത്തിന്റെ ഒരേയൊരു പ്രയോജനം കാലത്തെ അതിവർത്തിക്കലാകുന്നു. കാലത്തിനകത്ത് കാലത്തെ അതിവർത്തിക്കുവാനുള്ള ഒരവസരമാണ് ജീവിതം. ഒരു ഗോവണി സൃഷ്ടിക്കേണ്ടതുണ്ട്. കാലം തിരശ്ചീനമായിത്തീരുന്നു. കേവലം ഒരു അക്ഷരമാല പോലെ എബിസി, രേഖീയമായി, ഒരു നേർരേഖയിൽ. അതിവർത്തനം ലംബമാണ്, അതൊരു ഗോവണി പോലെയാണ്. രേഖീയമല്ല. നിങ്ങൾ ഉയരത്തിലും ആഴത്തിലും സഞ്ചരിക്കുന്നു. ആത്യന്തികമായി അതു രണ്ടും ഒന്നുതന്നെ. നിങ്ങൾ ഉയരത്തിലേക്ക് പോവുകയാണെങ്കിൽ, ആഴത്തിലും പോകുന്നു. നിങ്ങൾ ആഴത്തിൽ പോവുകയാണെങ്കിൽ ഉയരത്തിലും പോകുന്നു. എന്നാൽ തികച്ചും പുത്തനായ ഒരു മാനത്തിലാണ് നിങ്ങൾ നീങ്ങുവാൻ തുടങ്ങുന്നത്. തിരശ്ചീനമായിട്ടല്ല, ലംബമായിട്ടാണ് പിന്നീട് നിങ്ങൾ നീങ്ങുക.

ഈ ചലനം സംഭവിക്കുന്നത് ധ്യാനത്തിലൂടെയാണ്. ഞാൻ പറഞ്ഞുകൊണ്ടിരിക്കുന്ന ഗോവണി ധ്യാനമാണ്. അത് നിങ്ങളെ കാലത്തിനപ്പുറം കൊണ്ടുപോവുകയും പൊടുന്നനെ, വമ്പിച്ച യുവത്വം നിങ്ങളിൽ വിസ്ഫോടിതമായിത്തീരുകയും ചെയ്യുന്നു. നിത്യതയുടെ സ്പർശമാണ് യുവത്വം.

അപ്പോൾ നിങ്ങളറിയുന്നു, ജനനമില്ല, മരണമില്ല, നിങ്ങൾ നിത്യതയുടേതാണെന്ന്. അപ്പോൾ നിങ്ങളറിയുന്നു, നിത്യമായതിന്റെ അനുഭവം, ആ അനുഭവമാകുന്നു ദൈവാനുഭവം.

മനുഷ്യന് ലഭ്യമായിട്ടുള്ള രണ്ടവസരങ്ങൾ ഇവമാത്രമാണ്. ഒന്നുകിൽ അയാൾ കാലത്തിൽ നീങ്ങു

ന്നു, അപ്പോൾ അവൻ തിരശ്ചീനമായി, രേഖീയമായിട്ടാണ് നീങ്ങുന്നത് - അതാണ് മനസ്സിന്റെ വഴി. അല്ലെങ്കിൽ അയാൾ ലംബമായി നീങ്ങുന്നു. അത് നിർമ്മനത്തിന്റെ വഴിയാണ്. കാലരാഹിത്യമാണ് നിർമ്മനത്തിന്റെ വഴി. ധ്യാനമാകട്ടെ, മനസ്സിൽ നിന്ന് നിർമ്മനത്തിലേക്ക്, തിരശ്ചീനത്തിൽ നിന്ന് ലംബത്തിലേക്ക് ചാടുന്നതെങ്ങനെ എന്നുള്ളതിന്റെ കലയല്ലാതെ മറ്റൊന്നുമല്ല.

അതാണ് സാധ്യമായ ഏറ്റവും വലിയ കുതിച്ചുചാട്ടം, ഏറ്റവും അടിസ്ഥാനപരമായ പ്രതിഭാസം. കേവലം അതിന്റെ ഒരു ക്ഷണികദർശനം മതി, നിങ്ങളിൽ ദൈവം നിറയുന്നു. അതിന്റെ ഒരു ക്ഷണികദർശനം മതി നിങ്ങൾ പിന്നീട് പഴയ ആളല്ല, ഇനി ഒരിക്കലും വീണ്ടും പഴയതുപോലെയാവുകയില്ല. നിങ്ങൾ ജീവിക്കുന്നത് അതേ ലോകത്തിൽ തന്നെയായിരിക്കും, എങ്കിലും നിങ്ങൾ അതിൽ നിന്ന് പുറത്താകും. നിങ്ങൾ ലോകത്തിൽ വർത്തിക്കുമെങ്കിലും, ലോകം നിങ്ങളിൽ വർത്തിക്കുകയില്ല.

24

പ്രദോഷമനനം

പരിണാമം അവബോധാത്മകമായൊരു പ്രതിഭാസമാണ്. അതൊരു പ്രകൃതിപരമായ പ്രതിഭാസമാണ്. ശാസ്ത്രജ്ഞന്മാർ പറയുന്നു, മനുഷ്യൻ ജനിച്ചത് സമുദ്രത്തിൽ ഒരു മത്സ്യമായിട്ടാണെന്ന്. മത്സ്യത്തിന്റെ ഘട്ടത്തിനും മനുഷ്യന്റെ ഘട്ടത്തിനും ഇടയിൽ ദശലക്ഷക്കണക്കിന് വർഷങ്ങൾ കടന്നുപോയിക്കഴിഞ്ഞു. മനുഷ്യനെല്ലാത്തരം മൃഗീയഘട്ടങ്ങളിലൂടെയും കടന്നു പോരേണ്ടി വന്നിട്ടുണ്ട്. മനുഷ്യന് തൊട്ടുമുമ്പുണ്ടായ ആ അവസാനത്തെ ഘട്ടം ഒരു ആൾക്കുരങ്ങിന് സമാനമായിരുന്നു, കുരങ്ങിന്റെ ഘട്ടം.

ഇതെല്ലാം സംഭവിച്ചത് അബോധപരമായിട്ടാണ്. മനപൂർവ്വമായ യാതൊരു പരിശ്രമവും അവിടെ ഉണ്ടായിരുന്നില്ല. എന്നാൽ അവൻ മനുഷ്യനായിത്തീർന്നതുമുതൽ പരിണാമത്തിന്റെ ആ പ്രക്രിയ അവസാനിച്ചതായി തോന്നുന്നു. അതിന്റെ പരിസമാപ്തിയിലെത്തിയതായി തോന്നുന്നു, കാരണം മനുഷ്യൻ മനുഷ്യനായി കഴിഞ്ഞിട്ട് ആയിരക്കണക്കിന് വർഷങ്ങളായി കഴിഞ്ഞിരിക്കുന്നു, എന്നാൽ കൂടുതൽ വളർച്ചയൊന്നും സംഭവിച്ചിട്ടില്ല. അതൊരു കാര്യം കാണിക്കുന്നു, പ്രകൃതി അതിനാൽ സാധ്യമായതെല്ലാം ചെയ്തു കഴിഞ്ഞിരിക്കുന്നു; ഇപ്പോഴത് നാം തന്നെ കൈയ്യിലെടുക്കേണ്ടിയിരിക്കുന്നു. നമുക്ക് പരിണാമത്തിൽ നിന്ന് വിപ്ലവത്തിലേക്ക് നീങ്ങേണ്ടിയിരിക്കുന്നു.

പരിണാമമെന്നാൽ അബോധപരം എന്നർത്ഥം, വിപ്ലവമെന്നാൽ ബോധപരവും. പരിണാമം വളർച്ചയാണ്, എന്നാലത് അബോധപരമായതുമൂലം ആയിരക്കണക്കിന് വർഷങ്ങളെടുക്കുന്നു. വിപ്ലവം വളർച്ച

തന്നെയാണെങ്കിലും അത് ബോധപരമായതിനാൽ അതൊരു കുതിച്ചുചാട്ടം പോലെയാണ്. അത് ക്രമികമല്ല, സാവധാനത്തിൽ പടിപടിയായി പോകേണ്ടതില്ല. അത് നിങ്ങളെ ആശ്രയിച്ചിരിക്കുന്നു, നിങ്ങൾ എത്രമാത്രം ധൈര്യശാലിയാണെന്നതിനെ ആശ്രയിച്ച്. ഒരു ഒറ്റ ചുവടുകൊണ്ടുതന്നെ ഒരുവന് ഒരു മനുഷ്യജീവിയിൽ നിന്ന് ഒരു ദേവനിലേക്ക് നീങ്ങുവാൻ കഴിയും, ഒരു ബുദ്ധനിലേക്ക്, ഒരു ക്രിസ്തുവിലേക്ക്. അതെല്ലാം നിങ്ങളുടെ തീവ്രതയെ, നിങ്ങളുടെ അർപ്പണബോധത്തെ, നിങ്ങളുടെ സമ്പൂർണ്ണതയെ ആശ്രയിച്ചിരിക്കുന്നു.

മനുഷ്യൻ ഇനിമേലിൽ പ്രകൃതിപരമായി വളരുവാൻ ഒരു സാധ്യതയുമില്ല. അവൻ ബോധപൂർവ്വം, നിർബന്ധപൂർവ്വം, ഉദ്ദേശ്യത്തോടുകൂടി വളരുവാൻ തീരുമാനിക്കുന്നില്ലെങ്കിൽ അവൻ മനുഷ്യനായിത്തന്നെ തുടരും. വളരുവാനുള്ള ബോധപൂർവ്വമായ ഒരു ദൃഢനിശ്ചയമാണ് സന്ന്യാസമെന്ന് പറയുന്നത്. അതാണ് വിപ്ലവത്തിന്റെ തുടക്കവും. പരിണാമത്തിനപ്പുറം പോവുക, നിങ്ങളുടെ ജീവിതത്തിൽ ഒരു വിപ്ലവം ആരംഭിക്കുക.

പ്രഭാതമനനം

സത്യമെപ്പോഴും നവമാണ്, പുത്തനാണ്, എപ്പോഴും യുവമാണ്. അതെപ്പോഴും പ്രഭാതത്തിലെ പുൽക്കൊടി തുമ്പിലെ മഞ്ഞുതുള്ളികളെപ്പോലെ പുതുമയാർന്നതാണ്, തടാകത്തിൽ വിടർന്നുകൊണ്ടിരിക്കുന്ന താമര ദളങ്ങൾപോലെ, ഒരു കൊച്ചു കുഞ്ഞിന്റെ കണ്ണുകൾപോലെ പുതുമയാർന്നതാണ്.

സത്യം ഒരിക്കലും പഴയതാകുന്നില്ല, സത്യം ഒരിക്കലും കാലത്തിന്റെ ഭാഗമല്ല. സത്യം നിത്യമാകുന്നു, അതിനാൽ അതെപ്പോഴും പുത്തനാണ്. സത്യത്തിന് ഒരു കാലം മാത്രമേ അറിയൂ, അത് ഇപ്പോൾ ആകുന്നു, ഒരു ഇടം മാത്രമേ അറിയൂ, അത് ഇവിടെയും ആകുന്നു. ഒരു ഭൂതവും ഒരു ഭാവിയും അതിനറിയില്ല.

ഒരിക്കലും ഭൂതത്തെ ശേഖരിച്ചു വെക്കരുത്. ദിവസേന ഭൂതകാലത്തിനോട് മരിച്ചു വീഴുക, ദിവസവും ഭൂതത്തെ നിങ്ങളിൽ നിന്ന് കഴുകി കളയുക, അതിൽ നിന്നും മുക്തനാവുക, ഒരിക്കലും അതിനെ ശേഖരിച്ചു വെക്കരുത്.

ഓരോ ദിവസവും പഴയതിൽ നിന്ന് വഴുതിയൂരിപ്പോരുക രാത്രിയോടെ നിങ്ങളുറങ്ങാൻ പോകുമ്പോൾ ഇനിയൊരിക്കലുമില്ലാത്ത ആ ദിവസത്തോട് യാത്ര പറയുക, അത് അവിടെവെച്ച് അവസാനിപ്പിക്കുക, ആ അധ്യായം അടയ്ക്കുക. യഥാർത്ഥത്തിൽ അതടഞ്ഞതാക്കി വെക്കുക, വീണ്ടും ഒരിക്കലും അതു തുറക്കാതിരിക്കുക. അതവസാനിച്ചു കഴിഞ്ഞു! നാളെ രാവിലെ പുത്തനായി ആരംഭിക്കുക, നിങ്ങൾ പുതുതായി ജനിച്ചതുപോലെ. അപ്പോൾ പൊടുന്നനെ നിങ്ങൾക്ക് കാണുവാൻ കഴിയുന്നു, നിങ്ങളുടെ ജീവിതത്തിന് പുതിയ സവിശേഷതകൾ ഉണ്ടാകാൻ തുടങ്ങിയിരിക്കുന്നു; അവ നിങ്ങളുടെയുള്ളിൽ മറഞ്ഞി

രിപ്പുണ്ടായിരുന്നുവെന്ന് നിങ്ങൾ സംശയിച്ചിട്ടുപോലും ഉണ്ടായിരുന്നില്ല. നിങ്ങളുടെ സാധ്യതാശേഷി വാസ്തവികമായിത്തീരുവാൻ തുടങ്ങും, ഓരോ ദിവസവും പുതിയ പുതിയ വിസ്മയങ്ങൾ കൊണ്ടുവരും, ഓരോ ദിവസവും അപാരമായൊരു നിഗൂഢ വിസ്മയമായിത്തീരും.

ആ നിഗൂഢവിസ്മയം അനുഭവിച്ചറിയുവാൻ അനുവദിക്കാതിരിക്കുന്നത് പഴമയാണ്. പുത്തനായി, യുവമായി, നവമായി നിലകൊള്ളുക. അപ്പോൾ നിങ്ങൾ ദൈവത്തിൽ തട്ടിത്തടയുന്ന ഒരു ദിവസം വന്നുചേരുന്നത് അതിവിദൂരമായിരിക്കുകയില്ല. കാരണം ദൈവം എപ്പോഴും പുത്തനാണ്. നിങ്ങളും പുത്തനാകുമ്പോൾ, സമാഗമം സാധ്യമാകുന്നു, കാരണം രണ്ടുപേരും ഒരേ ഇടത്തിലായിരിക്കുന്നു.

പ്രദോഷമനനം

കൂടുതൽ മെച്ചമായ ഒരു മനുഷ്യ സമൂഹത്തിൽ ഓരോ കുട്ടിയോടും നാം പറയും, ''നിങ്ങളിൽ പ്രേമത്തിന്റെ, പരമാനന്ദത്തിന്റെ, സത്യത്തിന്റെ വിത്തുകളുണ്ട്, എന്നാൽ അവ വിത്തുകൾ മാത്രമാണ്. ആ വിത്തുകൾ പാകുവാനുള്ള, വളർച്ചയെന്ന കല അഭ്യസിക്കാനുള്ള, അശ്രാന്തപരിശ്രമമായിരിക്കണം നിങ്ങളുടെ ജീവിതം മുഴുവനും; ആ വിത്തുകൾ മുളപൊട്ടുവാൻ വേണ്ടി കാത്തിരിക്കുവാനും അതിനുശേഷം ആ ചെടികളെ പരിരക്ഷിക്കുവാനും വേണ്ടത്ര ക്ഷമയുള്ളവനായിരിക്കുക; അതിനുശേഷം പുഷ്പീകരണം സംഭവിക്കാനുള്ള ശരിയായ കാലാവസ്ഥയ്ക്കു വേണ്ടി പ്രാർത്ഥനയോടെ കാത്തിരിക്കുക.'' അതാണ് നാം ഇവിടെ ചെയ്തുകൊണ്ടിരിക്കുന്നത്. ആന്തരികമായ കാർഷികവൃത്തിയിൽ, ആന്തരികമായ ആരാമവൃത്തിയിൽ, നടക്കുന്ന പരീക്ഷണമാണത്. എന്നാൽ ആദ്യം ഉണ്ടായിരിക്കേണ്ടത് ഒരു ഞെട്ടലാണ്, ഇതുവരെ നാം ജീവിച്ചത് വ്യർത്ഥമായിലായിരുന്നു, നാം എന്തൊക്കെ ചെയ്തുവോ അതെല്ലാം തെറ്റായ ആശയങ്ങളിൽ നിന്നുകൊണ്ടായിരുന്നു എന്ന ഞെട്ടൽ. കൂടാതെ നമുക്ക് എഴുതുവാനുള്ള സ്ലേറ്റ് വൃത്തിയാക്കപ്പെടേണ്ടതുമുണ്ട്, അതുകൊണ്ട് ഭൂതത്തെ മുഴുവനും കേവലം മാറ്റിവെക്കേണ്ടതുണ്ട്.

ആദ്യം മുതൽ തുടങ്ങുക. നിങ്ങൾ ഇന്നാണ് ജനിച്ചതെന്നപോലെ, ഇപ്പോൾ നിങ്ങൾക്ക് ജീവിക്കാൻ തുടങ്ങണം എന്നപോലെ. ഭൂതകാലത്തെ മറന്നു കളയുക, അതും വഹിച്ചുകൊണ്ട് നടക്കാതിരിക്കുക, അത് നിങ്ങൾക്ക് യാതൊന്നും നല്കിയിട്ടില്ല. അത് ദുരന്താത്മകമായിരുന്നു- അതിന്റെ ഭാരം ചുമക്കേണ്ട യാതൊരാവശ്യവുമില്ല. നിങ്ങൾക്ക് നവമായി പരീക്ഷണം നടത്തുവാൻ സാധ്യമാകുമാറ് അതിൽ നിന്ന് മുക്തനായിത്തീരുക.

പ്രഭാതമനനം

പരിധികളുടെ പദാവലികളിൽ ചിന്തിക്കുവാൻ പാടില്ല; പരിമിതികളുടേതായ ആശയങ്ങൾ ഒഴിവാക്കപ്പെടണം. ഞാൻ ശരീരമല്ല എന്ന അറിയൽ ഒരു മഹത്തായ തീർത്ഥാടനത്തിന്റെ ആരംഭമാകുന്നു. പിന്നീട്, ''ഞാൻ മനസ്സും അല്ല'' എന്ന അറിയൽ വീണ്ടും മുമ്പോട്ടുള്ള ഒരു ചുവടുവെയ്പ്പാകുന്നു; ഒടുവിൽ, ''ഞാൻ വികാരങ്ങളും അല്ല''എന്ന അറിയൽ അവസാനത്തെ ചുവടുവെയ്പ്പാകുന്നു.

ഈ മൂന്നു ചുവടുകളിൽ യാത്ര അവസാനിക്കുന്നു, കാരണം നാലാമത്തെ ചുവടിൽ നിങ്ങൾ നിങ്ങളുടെ സത്ത കണ്ടെത്തുന്നു. ആ സത്ത അതിവിശാലമാണ്, അനന്തമാണ്, മഹാസാഗരത്തോളം വിസ്തൃതം, ആകാശത്തോളം അനന്തം. അതിനെ അനുഭവിച്ചറിയൽ ദൈവത്തെ അനുഭവിക്കലാകുന്നു. അതനുഭവിക്കൽ തന്നെയാണ് പരമാനന്ദം അനുഭവിക്കൽ, ആനന്ദഹർഷം. അത് മാത്രമാണ് പരിശ്രമം അർഹിക്കുന്ന ഒരേയൊരനുഭവം. മറ്റുള്ളതെല്ലാം വെറും പാഴ്‌വേലയാണ്, മഹത്തായ ഒരവസരത്തിന്റെ ഒരു ദുർവ്യയം; യഥാർത്ഥമായ നീതി കണ്ടെത്തുവാൻ കഴിയുന്ന ഒരു മഹത്തായ അവസരത്തിന്റെ ദുർവ്യയം.

എന്നാൽ ഒരുവൻ കടപ്പുറത്തു നിന്ന് കക്കകളും വർണ്ണക്കല്ലുകളും പെറുക്കി ശേഖരിച്ചുകൊണ്ട് കാലക്ഷേപം നടത്തുകയാണ്, എന്നാൽ അതേ സമയം നിധി നിങ്ങളുടെ ഉള്ളിൽ തന്നെയാണ്. അതിനാൽ പരിമിതികളുടേതായ പദപ്രയോഗങ്ങളിൽ ചിന്തിക്കലവസാനിപ്പിക്കുക, അങ്ങനെ നിങ്ങൾ അപരിമിതമായ, അനന്തമായ സത്തയുടെ കൂടുതൽ കൂടുതൽ അടുത്തേക്ക് വന്നുകൊണ്ടിരിക്കുകയാണെന്ന് നിങ്ങൾക്കു മനസ്സിലാക്കുവാൻ കഴിയുമാറാകും.

26

പ്രദോഷമനനം

എല്ലാവരും ജനിക്കുന്നത് അന്ധനായിട്ടാണ്, എന്നാൽ എല്ലാവർക്കും അന്ധനാകാതിരിക്കുവാനുള്ള ശേഷിയുണ്ട്. എല്ലാവരും അന്ധനായി ജനിക്കുന്നതിനു കാരണം ജനനത്തിൽ നാമെല്ലാം അബോധവാന്മാരാണ്. ജീവിതത്തിലൂടെയും ജീവിതാനുഭവങ്ങളിലൂടെയും-നല്ലതും ചീത്തയുമായ, വേദനാകരവും ആനന്ദകരവുമായ അനുഭവങ്ങളിലൂടെ- ഒരുവൻ പതുക്കെ പതുക്കെ ഉണർന്നു വരുന്നു. അതു സംഭവിക്കുന്നത് സമ്പന്നമായൊരു ജീവിതത്തിലൂടെ മാത്രമാണ്- സമ്പന്നം എന്നതുകൊണ്ട് ഞാൻ അർത്ഥമാക്കുന്നത് സമ്പൂർണ്ണമായി ജീവിക്കപ്പെടുന്ന ജീവിതത്തെയാണ്. ജീവിതത്തിന്റെ നിബിഡതയ്ക്കു നടുവിലായിരുന്ന ഒരുവൻ ഒരുദിനം തന്റെ കണ്ണുകൾ തുറക്കുവാൻ പ്രാപ്തനായിത്തീരുന്നു. ആ ഒരു നിമിഷത്തിൽ അയാൾ അടിസ്ഥാനപരമായ ഒരു പരിവർത്തനത്തിലൂടെ കടന്നുപോകുന്നു. അതിനുശേഷം ഒരിക്കലും ജീവിതം പഴയതുപോലെ ആകുന്നില്ല.

പ്രഭാതമനനം

പുറമെനിന്നു നോക്കുമ്പോൾ മനുഷ്യൻ വെറുമൊരു നീർത്തുള്ളിപോലെ കാണപ്പെടുന്നു, എന്നാൽ അകമേ നിന്നുകൊണ്ട് അവൻ തീർത്തും വ്യത്യസ്തനാണ്. ആന്തരികമായ ദൃശ്യം ഒരു മഹാസമുദ്രത്തിന്റെ ദൃശ്യംപോലെയാണ്.

പുറത്തുനിന്നു നോക്കുമ്പോൾ നാം കൊച്ചു കൊച്ചു മഞ്ഞുതുള്ളിപോലെ കാണപ്പെടുന്നു, കാരണം നമ്മുടെ ശരീരം മാത്രമാണ് ദൃശ്യമാകുന്നത്. എന്നാൽ ആന്തരികത്തിൽ നിന്ന് ഒരുവൻ സ്വന്തം സത്തയിൽ വേരുറയ്ക്കുകയും കേന്ദ്രീകൃതനായിരിക്കുകയും ചെയ്യുമ്പോൾ, അഗാധമായ നിശ്ശബ്ദതയിലാകുമ്പോൾ ആ വ്യക്തത സംഭവിക്കുന്നു; അഗാധമായ ധ്യാനത്തിൽ മേഘവിമുക്തമായി ഒരുവന് കാണുവാനാകുമ്പോൾ, കാമനകളുടെയും ചിന്തകളുടെയും പുകയും പൊടിയുമെല്ലാം അപ്രത്യക്ഷമാകുമ്പോൾ, ആ ദർപ്പണം പരിപൂർണ്ണമായി ശുചിയാകുമ്പോൾ, ഉള്ളതെന്താണോ അതിനെ അത് പ്രതിഫലിപ്പിക്കുമ്പോൾ, അപ്പോൾ പൊടുന്നനെ ഒരുവൻ, തന്റെ ശരീരത്തെക്കുറിച്ചല്ലാതെ, അവന്റെ അവബോധത്തെക്കുറിച്ച് ബോധവാനായിത്തീരുന്നു.

വാസ്തവത്തിൽ ആ നിമിഷത്തിൽ ഒരാൾ തന്റെ ശരീരത്തെക്കുറിച്ച് മറന്നുപോകുന്നു. ശരീരം മാത്രമല്ല മനസ്സും കൂടി വിസ്മരിക്കപ്പെടുന്നു. ആ നിമിഷത്തിൽ അയാൾ അതിരുകളില്ലാത്ത അവബോധത്തെ അറിയാനിടവരുന്നു. അതിരുകളില്ലാത്ത ആ അവബോധമാണ്, സമുദ്രസമാനമായ ആ അവബോധമാണ് നമ്മുടെ യഥാർത്ഥ സത്ത. അതാണ് നമ്മളായിരിക്കുന്ന അത്.

നമ്മൾ പുറംകാഴ്ചയിൽ കാണപ്പെടുന്നതെ

ന്താണോ അതല്ല, അതിനാൽ പുറംകാഴ്ചയാൽ വഞ്ചിക്കപ്പെടാതിരിക്കുക. കണ്ണാടിയിൽ നോക്കിക്കൊണ്ട് നിങ്ങൾ ആരെന്ന് തീരുമാനിക്കാതിരിക്കുക, കാരണം കണ്ണാടിക്ക് ഭൗതികത്തെ മാത്രമേ പ്രതിഫലിപ്പിക്കുവാൻ കഴിയൂ. നിങ്ങൾക്ക് ആന്തരിക ദർപ്പണത്തെ വൃത്തിയാക്കേണ്ടിവരും, അപ്പോൾ മാത്രമേ നിങ്ങൾ എത്രമാത്രം വിസ്തൃതമാണെന്നറിയുവാൻ നിങ്ങൾക്ക് കഴിയുകയുള്ളു. ഈ പ്രപഞ്ചത്തോളം തന്നെ വിസ്തൃതമാണ് നിങ്ങൾ.

പ്രദോഷമനനം

നിങ്ങൾ അടഞ്ഞ കണ്ണുകളോടെയാണ് ഇരിക്കുന്നതെങ്കിൽ എല്ലാം ഇരുട്ടാണ്, തുറന്ന കണ്ണുകളോടെ ഇരിക്കുമ്പോൾ ജീവിതമാകെ വർണ്ണങ്ങളാണ്, വെളിച്ചമാണ്. തുറന്ന കണ്ണുകളോടു കൂടിയുള്ള അസ്തിത്വാനുഭവമാകുന്നു ദൈവം. ദൈവത്തെ നിരാകരിക്കുന്നവർ കേവലം തങ്ങൾ അന്ധരാണ് എന്നുമാത്രമാണ് പറയുന്നത്. അവർ അന്ധരാണെന്ന് മാത്രമല്ല, കടുംപിടുത്തക്കാർ കൂടിയാണ്. തങ്ങൾ അന്ധന്മാരല്ലെന്ന് മാത്രമല്ല, ദൈവമില്ലെന്നുകൂടി അവർ ശഠിക്കുന്നു.

ഒരുവൻ തന്റെ കണ്ണുകൾ അടച്ചിരുന്നാൽ വെളിച്ചം ചൊരിഞ്ഞുകൊണ്ട് സര്യൻ ആകാശത്തുണ്ടെന്നിരിക്കലും നിങ്ങൾ ജീവിക്കുന്നത് അന്ധകാരത്തിലായിരിക്കും. നിങ്ങളുടെ കണ്ണുകൾക്കുമുകളിൽ ഒരു ചെറിയ തിരശ്ശീല മാത്രം മതിയാവും, സത്യത്തെ കാണുന്നതിന് തടസ്സമാകുവാൻ. ജീവിതമാണ് ഏറ്റവും മഹാനായ ഗുരു. അതെല്ലാവരെയും ഇരുട്ടിൽ നിന്ന് വെളിച്ചത്തിലേക്കുള്ള ആ ആത്യന്തികമായ കുതിച്ചുചാട്ടത്തിന് തയ്യാറാക്കുന്നു.

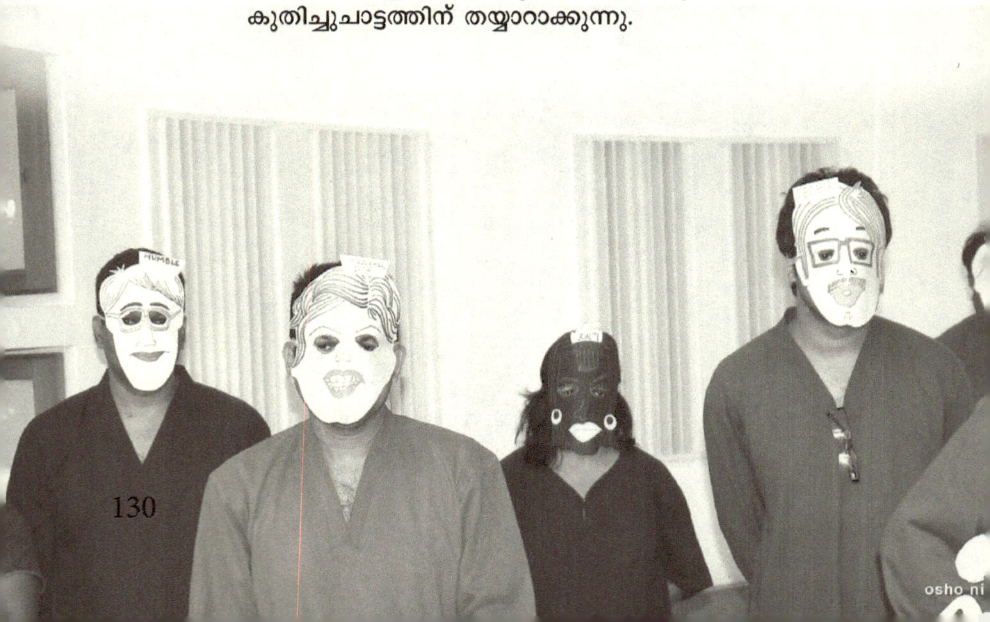

പ്രഭാതമനനം

എല്ലാവർക്കും സത്യം അവരുടെ സ്വന്തം സത്തയിൽ തന്നെയുണ്ട്, എന്നാൽ വളരെ കുറച്ചു പേർ മാത്രമാണ് ആ കേന്ദ്രത്തിലേക്ക് കടന്നു കയറി ചെല്ലുന്നത്, മറ്റുള്ളവർ പുറംപരിധിക്കു ചുറ്റും ഓടിക്കൊണ്ടിരിക്കുകയാണ്. ആ പുറംപരിധി പ്രവർത്തനമത്രെ തത്വചിന്ത; പുറംപരിധിയിൽ നിന്ന് കേന്ദ്രത്തിലേക്കുള്ള കുതിച്ചു ചാട്ടത്തെയാണ് ഞാൻ മതം എന്ന് വിളിക്കുന്നത്.

മതം പലതായിരിക്കാൻ സാധ്യമല്ല. തത്വചിന്തകൾ പലതാകാം. എത്ര മനുഷ്യരുണ്ടോ അത്രയും തത്വചിന്തകളുണ്ട്, എന്തുകൊണ്ടെന്നാൽ മനസ്സുകളുടെ എണ്ണത്തോളം തന്നെ തത്വചിന്തകളും ഉണ്ടായിരിക്കും. ഓരോ വ്യക്തിക്കും അയാളുടെ സ്വന്തം തത്വചിന്തയുണ്ട്. പക്ഷേ സത്യം ഒന്നു മാത്രമേയുള്ളു. നിങ്ങളുടെ അന്തരാന്തരമായ സത്തയും എന്റെ അന്തരാന്തരമായ സത്തയും രണ്ടു വ്യതിരിക്ത സംഗതികളല്ല. ആ കേന്ദ്രത്തിൽ നാമെല്ലാം സംഗമിക്കുകയും ഒന്നാകുകയും ചെയ്യുന്നു. ഉപരിതലത്തിൽ മാത്രമാണ് നാം വ്യത്യസ്തമായിരിക്കുന്നത്.

അത് സമുദ്രത്തിലെ തിരമാലകൾ പോലെതന്നെയാണ്: ഉപരിതലത്തിൽ ഓരോ തിരയും മറ്റു തിരകളിൽ നിന്ന് വ്യത്യസ്തമാണ്, എന്നാൽ അഗാധമായ അടിത്തട്ടിൽ ഒരൊറ്റ സമുദ്രം മാത്രമേയുള്ളു, അവിടെ തിരമാലകളില്ല. ആ സാമുദ്രികമായ അനുഭവം, ആ ഏകത്വത്തിന്റെ അനുഭവം, അതാണ് സത്യം.

സത്യം മോക്ഷം നൽകുകയും ചെയ്യുന്നു. സത്യം നിങ്ങളെ എല്ലാ ദുഃഖങ്ങളിൽ നിന്നും, എല്ലാ വ്യഥകളിൽ നിന്നും മുക്തമാക്കുന്നു, മരണത്തിൽ നിന്നും,

അത്യാർത്തിയിൽ നിന്നും, ഭയത്തിൽ നിന്നും മുക്ത മാക്കുന്നു; സത്യം നിങ്ങളെ കേവലം എല്ലാ പ്രശ്ന ങ്ങളിൽ നിന്നും മുക്തമാക്കുന്നു. അതെല്ലാം പരിഹ രിക്കുന്നു. അത് നിങ്ങളുടെ ജീവിതത്തെ കേവലം ഒരു നിമിഷംപ്രതി ആഘോഷമാക്കി മാറ്റുന്നു.

28

പ്രദോഷമനനം

നമ്മൾ ജാഗരണം പ്രാപിക്കുന്ന നിമിഷം നമ്മുടെ പീഡനങ്ങളെല്ലാം എത്രയും അസംബന്ധമായി, എത്രയും മണ്ടത്തരമായി തോന്നുന്നു. ഒരുവൻ അത്ഭുതം കൂറുന്നു: "ഞാനെന്തിന് പീഡനമനുഭവിച്ചു? എന്തായിരുന്നു പീഡനം? എത്ര കാലം ഞാനതനുഭവിച്ചു? എല്ലാം മിഥ്യയായിരുന്നു, അതിൽ കഴമ്പൊന്നുമില്ലായിരുന്നു; അതൊരാശയും, ഒരു സ്വപ്നവും മാത്രമായിരുന്നു." അതിനാൽ ഋഷിവര്യന്മാർ നമ്മുടെ ലോകത്തെ ഒരു മതിഭ്രമം എന്നു പറയുന്നു; അവരതിനെ മായ എന്നു വിളിക്കുന്നു. പീഡനം മതിഭ്രമാത്മകമാണ്, പരമാനന്ദമാണ് നമ്മുടെ ശരിയായ പ്രകൃതം; അത് ഓർത്തിരിക്കുക. അത് വീണ്ടും വീണ്ടും പിന്നെയും വീണ്ടും ഓർക്കുക.

പ്രഭാതമനനം

അസാധാരണം സാധാരണത്തിൽ മറഞ്ഞിരിക്കുന്നു, ദിവ്യമായത് നിസ്സാരമായതിൽ മറഞ്ഞിരിക്കുന്നു. ഇവിടെത്തന്നെയാണ് മതങ്ങൾക്കെല്ലാം പിശകു പറ്റിയത്: അവരുടെ വിശുദ്ധം സാധാരണത്തിനെതിരാണ്. എന്റെ വിശുദ്ധം സാധാരണത്തിൽ തന്നെയാണ്.

അതിനാൽ, ജീവിതം തിന്നലും കുടിക്കലും ഉല്ലസിക്കലുമാണെന്നു പറയുന്ന ആളുകളെ മതം അഭിധ്വംസിച്ചു. ഇക്കൂട്ടരെ മതങ്ങൾ ഭൗതികവാദികൾ എന്നപലപിച്ചു. ഞാൻ ഇവരെ അപലപിക്കുന്നില്ല. ഞാൻ പറയുന്നു, ഇതാണ് ശരിയായ സമീപനമെന്ന്, അതൊരു നല്ല തുടക്കമാണെന്ന്. നിങ്ങൾക്ക് തിന്നുകയും കുടിക്കുകയും ഉല്ലസിക്കുകയും ചെയ്യുന്നതിൽ അഭിരമിക്കുവാൻ കഴിയുമെങ്കിൽ, അപ്പോൾ അധികം താമസിയാതെ നിങ്ങളുടെ ഉള്ളിന്റെയുള്ളിൽ സന്ദേഹങ്ങൾ ഉയർന്നു വരാൻ തുടങ്ങും. ധിഷണാശാലിയായ ഒരു വ്യക്തിയുടെ ജീവിതത്തിൽ അന്വേഷണം ഉയരാതെ തരമില്ല: അതിൽ കൂടുതൽ എന്തെങ്കിലുമുണ്ടോ എന്നുള്ള അന്വേഷണം.

നിങ്ങളിൽ ആ ചോദ്യം ഉയർന്നുകഴിഞ്ഞാൽ പിന്നെ.... കൂടുതൽ എന്തെങ്കിലും ഉണ്ടായിരിക്കണമെന്ന ചിന്ത ഉയർന്നു കഴിഞ്ഞാൽ- കാരണം ആ കൂടുതലിനെക്കുറിച്ച് ചില ക്ഷണിക ദർശനങ്ങൾ നിങ്ങൾക്കുണ്ടാവാൻ തുടങ്ങുന്നു, അതിനാൽ ആ 'കൂടുത'ലിനടുത്തേക്ക് അതു കണ്ടെത്തുവാനായി, അതനുഭവിച്ചറിയുവാനായി നിങ്ങൾ നീങ്ങുവാൻ തുടങ്ങുന്നു- പിന്നെ ധ്യാനം വളരെ സ്വാഭാവികമായിത്തീരുന്നു, നിങ്ങൾക്കൊരിക്കലും തെറ്റിപ്പോകുന്നില്ല.

ആ ഒന്നാമത്തെ ചുവടാണ് ഏറ്റവും പ്രധാനപ്പെട്ട

ചുവട്. വാസ്തവത്തിൽ ആ ഒന്നാം ചുവടുവെയ്പ്പിൽ യാത്ര ഏതാണ്ട് പകുതിയും കടന്നുപോകുന്നു. അതുകൊണ്ട് എല്ലാം ആസ്വദിക്കുവാൻ പഠിക്കുക, എല്ലാ വ്യസനങ്ങളും ഗൗരവഭാവങ്ങളും ഉപേക്ഷിക്കുക, ആടുകയും പാടുകയും ആഘോഷിക്കുകയും ചെയ്യുക; അങ്ങനെ പതുക്കെ പതുക്കെ ധ്യാനത്തിലേക്കു നീങ്ങുകയും ചെയ്യുക, കാരണം തീർച്ചയായും അതിനപ്പുറം ചിലതുണ്ട്- അതിൽ കൂടുതൽ. എന്നാൽ ആ 'കൂടുതലിനായി' കുറേക്കൂടി അഗാധമായ ധിഷണ നിങ്ങൾക്കാവശ്യമുണ്ട്. ധ്യാനം നിങ്ങളുടെ ധിഷണയ്ക്ക് ആഴം നൽകുന്നു, അതു നിങ്ങൾക്ക് വ്യക്തത നൽകുന്നു, അത്രമാത്രം. അത് നിങ്ങളുടെ ദർപ്പണത്തെ ശുചിയാക്കുകയും നിങ്ങൾ ജീവിതത്തെ കൂടുതൽ വ്യക്തതയോടെ പ്രതിഫലിപ്പിക്കുവാൻ തുടങ്ങുകയും ചെയ്യുന്നു.

പ്രദോഷമനനം

മനുഷ്യന് മൂന്നു തരത്തിൽ നിലനില്ക്കുവാൻ കഴിയും: ഒന്നുകിൽ ഒരു മൃഗത്തെപ്പോലെ അല്ലെങ്കിൽ ഒരു മനുഷ്യനെപ്പോലെ അല്ലെങ്കിൽ ഒരു ദേവനെപ്പോലെ. സാധാരണഗതിയിൽ മനുഷ്യർ ജീവിക്കുന്നത് മൃഗങ്ങളെപ്പോലെയാണ്; തമ്മിൽ വലിയ വ്യത്യാസമൊന്നുമില്ല. ഒരേയൊരു വ്യത്യാസമുള്ളത് മനുഷ്യൻ മറ്റു മൃഗങ്ങളേക്കാൾ മേശമായ ഒരു മൃഗമാണ്, അവന് മറ്റേതൊരു മൃഗത്തേക്കാളും കൂടുതൽ താഴേക്കു വീഴുവാൻ കഴിയും. അവൻ കൂടുതൽ കുശലബുദ്ധിയും കൂടുതൽ നികൃഷ്ടനുമാണ്. അവൻ തന്റെ കഴിവുകളെ ദുരുപയോഗം ചെയ്യുന്നു. സൃഷ്ടിപരനാവുന്നതിനു പകരം അവൻ വിനാശകാരിയായിത്തീരുന്നു....

ഒരുവൻ ജനിക്കുന്നത് മൃഗമായിട്ടാണ്. വളരെ കുറച്ചുപേർ മനുഷ്യരായിത്തീരുന്നു. മനുഷ്യരാശി പേരിനു മാത്രമാണ് നിലനില്ക്കുന്നത്; അതിതുവരെ വന്നു ചേർന്നിട്ടില്ല.

സ്വന്തം നിയോഗത്തിന്റെ കാര്യത്തിൽ സുനിശ്ചിതത്വം നേടിയവർ മാത്രമാണ് യഥാർത്ഥ മനുഷ്യർ; സ്വന്തമായി ഒരു ദിശാബോധം ഉള്ളവർ, സൃഷ്ട്യോന്മുഖരായിട്ടുള്ളവർ, വർത്തിക്കലിന്റെയും വളർച്ചയുടെയും പുതിയ രീതികൾ പര്യവേക്ഷണം ചെയ്യുകയും, നിരന്തരം കണ്ടെത്തുകയും ചെയ്തുകൊണ്ടിരിക്കുന്നവർ. ജന്മവാസനകൾ കൊണ്ടു മാത്രം തൃപ്തരാകാത്തവർ, സ്വന്തം ജീവിത ശൈലികളിൽ ധിഷണാശാലികളാവാൻ ആഗ്രഹിക്കുന്നവർ, അവരാണ് മനുഷ്യർ. വളരെ കുറച്ചു മനുഷ്യർ മാത്രമാണ് ആത്യന്തികതയിലേക്ക്, ദൈവികതയിലേക്ക് ഉയരുന്നത്.

പ്രഭാതമനനം

ആൾക്കൂട്ടം, ആ ജനക്കൂട്ടം എന്നു പറയുന്നത് നിങ്ങളെയും ആ കൂട്ടത്തിന്റെ ഭാഗമാക്കാൻ ആഗ്രഹിക്കുന്നു. അത് നിങ്ങളുടെ ധൈഷണികത ആൾക്കൂട്ടത്തിന് സമർപ്പിക്കുവാൻ നിങ്ങളോടാവശ്യപ്പെടുന്നു. ആൾക്കൂട്ടം നിങ്ങളും അതിനോടൊത്തുപോകുവാൻ ആഗ്രഹിക്കുന്നു. മനുഷ്യരുടെ ധൈഷണികത നശിപ്പിക്കപ്പെട്ടുകൊണ്ടിരിക്കുന്നതിന്റെ മൂലകാരണമതാണ്. ധൈഷണികത നശിപ്പിക്കപ്പെടുമ്പോൾ പരമാനന്ദമെന്തെന്ന് അറിയുവാൻ നിങ്ങൾക്കാവില്ല.

ഓരോ കുട്ടിയും ജനിക്കുന്നത് ധൈഷണികതയോടു കൂടിയാണെങ്കിലും ഏതാണ്ടെല്ലാ കുട്ടികൾക്കും വിഷം നൽകപ്പെടുന്നു. തന്റെ ജനനത്തോടൊപ്പം താൻ എന്താണു കൊണ്ടുവന്നിട്ടുള്ളതെന്നു മനസ്സിലാക്കാൻ പോലും കഴിയുന്നതിനു മുമ്പ് അവൻ പക്ഷവാതത്തിന് അടിപ്പെടുന്നു, മനോഹരമായ പേരുകൾക്കു മറവിൽ അവൻ വികലാംഗനാക്കപ്പെടുന്നു-അവരതിനെ ജ്ഞാനസ്നാനം എന്നു വിളിക്കുന്നുണ്ടാവാം, സുന്നത്ത് എന്നു വിളിക്കുന്നുണ്ടാവാം; അതെല്ലാം അങ്ങേയറ്റം വിഡ്ഢിത്തമായ ആശയങ്ങളാണ്. അവൻ അനുശീലിതനാക്കപ്പെടുകയും എല്ലാത്തരം കാര്യങ്ങളും അവനുമേൽ അടിച്ചേൽപ്പിക്കപ്പെടുകയും ചെയ്യുന്നു. അവനൊരു പ്രായപൂർത്തിയായ മനുഷ്യനായിത്തീരുമ്പോഴേക്കും വഴിക്കെവിടെയോ വെച്ച് അവനു തന്റെ ധൈഷണികത മുഴുവനും നഷ്ടമായിത്തീരുന്നു, അവൻ മന്ദബുദ്ധിയായിത്തീർന്നു കഴിഞ്ഞു. അവൻ ഇനിയുള്ള കാലം ദുഃഖിതനായിത്തന്നെ നിലകൊള്ളും.

മതങ്ങൾ നിങ്ങളുടെ ദുഃഖാവസ്ഥയെ ചൂഷണം

ചെയ്യുന്നു. അവർ പറയുന്നു, ‘‘നിങ്ങൾ ദുഃഖിതനായിരിക്കുന്നതിനു കാരണം നിങ്ങൾ ദൈവത്തിൽ വിശ്വസിക്കുന്നില്ല, അല്ലെങ്കിൽ മുൻജന്മങ്ങളിൽ നിങ്ങൾ പാപം ചെയ്തിട്ടുണ്ട്, അല്ലെങ്കിൽ നിങ്ങൾ പുണ്യാത്മാവല്ല. നിങ്ങൾ ദുഃഖിതനാണെങ്കിൽ കുമ്പസാരിക്കുക; നിങ്ങൾ ദുഃഖിതനാണെങ്കിൽ പ്രാർത്ഥിക്കുക, പതിവായി പള്ളിയിൽ വരിക.’’ ഈ കാര്യങ്ങൾക്കെല്ലാം ഒരു ആകർഷകത്വമുണ്ട്, കാരണം ആളുകൾക്കവരുടെ ദുഃഖത്തെ ഒഴിവാക്കണം, അതിനുവേണ്ടി ഏതാശയത്തെയും അനുഗമിക്കാൻ അവർ തയ്യാറായിരിക്കും.

എന്നാൽ മന്ദബുദ്ധിയായ ഒരു വ്യക്തിക്ക് താനെന്താണ് ചെയ്യുന്നതെന്ന്, എന്തിനാണ് ചെയ്യുന്നതെന്ന്, താൻ എങ്ങോട്ടാണ് പോകുന്നതെന്ന് മനസ്സിലാക്കാൻ കഴിയില്ല. അവന് ഒന്നാമതായി ആവശ്യമായിട്ടുള്ളത് തടവിലാക്കപ്പെട്ട അവന്റെ ധിഷണയെ തുറന്നു വിടലാണ്. അതിനുശേഷം പരമാനന്ദം വളരെ ലളിതമാണ്, അനായാസമാണ്, അതൊരു ഉപോല്പന്നമാണ്. ഒരിക്കൽ നിങ്ങളുടെ ധിഷണയെ നിങ്ങൾക്കനുഭവ വേദ്യമായിക്കഴിഞ്ഞാൽ ഉടനടി നിങ്ങൾ ഒരു ആനന്ദവർഷം അനുഭവിക്കാൻ തുടങ്ങുന്നു.

പ്രദോഷമനനം

മനുഷ്യൻ ജീവിക്കുന്നത് യാന്ത്രിമായിട്ടാണ്, ഒരു സോമനാംബുലിസ്റ്റിനെപ്പോലെ, ഉറക്കത്തിൽ നടക്കുന്നവനെപ്പോലെ. അവൻ ഓരോരോ കാര്യങ്ങൾ ചെയ്തുകൊണ്ടിരിക്കുന്നു, പക്ഷേ വെറുമൊരു റോബോട്ടിനെപ്പോലെ. നിങ്ങൾ നിങ്ങളുടെ പ്രവൃത്തികളെ നിരീക്ഷിക്കുവാൻ തുടങ്ങിയാൽ നിങ്ങളെല്ലാ ദിവസവും ഒരേ തെറ്റുകൾ ആവർത്തിക്കുന്നതുകണ്ട് നിങ്ങളത്ഭുതപ്പെടും. ഇനി അവ ആവർത്തിക്കുകയില്ലെന്ന് നിങ്ങൾ പല തവണ തീരുമാനമെടുത്തതുമാണ്. എന്നാൽ ആ തീരുമാനങ്ങൾക്കർത്ഥമില്ല. വീണ്ടും സന്ദർഭമുണ്ടാകുമ്പോൾ ഉടനടി ആ പഴയ ശൈലിയിൽ ത്തന്നെ നിങ്ങൾ പ്രതിപ്രവർത്തിക്കും. എങ്ങനെയാണ് പ്രതികരിക്കുകയെന്ന് നിങ്ങൾക്കറിഞ്ഞുകൂടാ.

ഈ രണ്ടു വാക്കുകളും പ്രസക്തമാണ്. പ്രവർത്തിക്കലും പ്രതികരിക്കലും. പ്രതിപ്രവർത്തനമെന്നാൽ അത് യാന്ത്രികമാണെന്നർത്ഥം, അബോധപരം; പ്രതികരണമെന്നാൽ യാന്ത്രികമല്ലാത്തത്, ബോധപരം എന്നർത്ഥം. പ്രതികരണമെന്നാൽ സന്ദർഭാനുസരണം പ്രവർത്തിക്കൽ എന്നർത്ഥം. പ്രതിപ്രവർത്തനമെന്നാൽ പഴയ ശൈലീകൃതത്തിൽ നിന്ന് വരുന്ന പ്രവർത്തനമാണ്. പ്രതിപ്രവർത്തനം കാലേക്കൂട്ടി തയ്യാറാക്കപ്പെട്ട ഉത്തരങ്ങളെ അനുഗമിക്കലാണ്, നേരത്തെ തയ്യാറാക്കപ്പെട്ട കാര്യപരിപാടിയെ അനുസരിക്കൽ, അതായത് ഭൂതകാലത്താൽ ഭരിക്കപ്പെടുകയും കീഴടക്കപ്പെടുകയും ചെയ്യുക- അതാണ് പ്രതിപ്രവർത്തനം. പ്രതികരണമാകട്ടെ ഭൂതത്തിൽ നിന്നുള്ള യാതൊരു ഇടപെടലും കൂടാതെ തന്നിമിഷത്തിൽ ജീവിക്കലാകുന്നു.

പ്രഭാതമനനം

സദാചാരം മനുഷ്യനു വേണ്ടിയുള്ളതാണ്, അല്ലാതെ മനുഷ്യൻ സദാചാരത്തിനു വേണ്ടിയുള്ളതല്ല. സദാചാരം കാലാനുസൃതമായി മാറേണ്ടതുമാണ്. ആളുകളുടെ ആവശ്യങ്ങൾ മാറുന്നു, അവരുടെ അവശ്യമായ കാര്യങ്ങൾ മാറുന്നു; പഴയ ചട്ടങ്ങളുമായി നിങ്ങൾക്ക് മുന്നോട്ടു പോകാനാവില്ല. പത്ത് പ്രമാണങ്ങൾ നല്കപ്പെട്ടത് മൂവായിരം വർഷങ്ങൾക്കുമുമ്പാണ്. ഇപ്പോൾ കാര്യങ്ങളെല്ലാം വ്യത്യസ്തമാണ്- അവയിപ്പോൾ തികച്ചും അനുയോജ്യമല്ലാതായിരിക്കുന്നു. ജീവിക്കുവാനായി, നിലനിൽക്കുവാനായി പുതിയ രീതികൾ നിങ്ങൾക്കു കണ്ടെത്തേണ്ടി വരും. അതിനുള്ള ഒരേയൊരു സാധ്യത മനസ്സാക്ഷിയെന്ന ആശയമാകെ ഉപേക്ഷിക്കലാണ്. മനസ്സാക്ഷിയ്ക്ക് പകരം നാം ആശ്രയിക്കേണ്ടത് അവബോധത്തെ ആയിരിക്കണം.

മനസ്സാക്ഷി സൃഷ്ടിക്കപ്പെടുന്നത് എപ്പോഴും മറ്റുള്ളവരാലാണ്. അതൊരുതരം നിർബന്ധപൂർവ്വമായ വശീകരിക്കലാണ്, സൂക്ഷ്മമായ ഒരുതരം അടിമത്തം. അവബോധം സൃഷ്ടിക്കുന്നതു നിങ്ങൾ തന്നെയാണ്. നിങ്ങളുടെ സ്വന്തം കാലുകൾ രണ്ടിലും എഴുന്നേറ്റു നിൽക്കുവാനുള്ള, ജീവിതത്തെ സ്വന്തം കണ്ണുകൾകൊണ്ട് നോക്കിക്കാണുവാനും നിങ്ങളുടെ വെളിച്ചത്തിനനുസരിച്ച് ജീവിക്കുവാനുള്ള ധൈര്യം സംഭരിക്കലും. അതിനു വേണ്ടിയുള്ള നിങ്ങളുടെ സ്വന്തം പരിശ്രമമാണത്.

നിശ്ചയമായും നിങ്ങൾ സ്വന്തം വെളിച്ചത്തിനനുസൃതമായി ജീവിക്കുമ്പോൾ നിങ്ങൾക്ക് പല തെറ്റുകളും സംഭവിക്കാം, അങ്ങനെ തെറ്റുകൾ വരുത്തുന്നതിൽ യാതൊരു തെറ്റുമില്ല, കാരണം പാഠം പഠിക്കുവാനുള്ള ഒരേയൊരു മാർഗ്ഗമാണത്. ഒരുവൻ

തെറ്റുകൾ വരുത്തുന്തോറും കൂടുതൽ കൂടുതൽ പഠിക്കുകയും ചെയ്യുന്നു. ഓർത്തിരിക്കേണ്ട ഒരേ യൊരു കാര്യം, ഒരേ തെറ്റുകൾ വീണ്ടു വീണ്ടും ആവർത്തിക്കാതിരിക്കുക എന്നതുമാത്രമാണ്. എന്തു കൊണ്ടെന്നാൽ അതു മണ്ടത്തരമാണ്! അതുകൊണ്ട് പുതിയ തെറ്റുകൾ വരുത്തുക, പുതിയ തെറ്റുകൾ വരുത്തുവാനുള്ള വഴികൾ കണ്ടെത്തുക.

നിങ്ങൾ വളർന്നു കൊണ്ടിരിക്കവെ, പാഠങ്ങൾ പഠിച്ചുകൊണ്ടിരിക്കവെ, ബോധവാനായി കൊണ്ടി രിക്കവെ, കൂടുതൽ കൂടുതൽ ജാഗരൂകനായിത്തീർന്നു കൊണ്ടിരിക്കവെ, പുറത്തു നിന്നുള്ള യാതൊരു അടി ച്ചേൽപ്പിക്കലും കൂടാതെ തന്നെ ഒരു പ്രത്യേക ആന്തരികമായ അച്ചടക്കം നിങ്ങളിൽ ഉയർന്നു വരും, കാരണം എന്താണ് ശരിയെന്നും എന്താണ് തെ റ്റെന്നും അപ്പോൾ നിങ്ങൾക്ക് കാണാൻ കഴിയുന്നു. അതു കാണുവാൻ കഴിയുമ്പോൾ അവിടെ വിഘട നമില്ല; അപ്പോൾ നിങ്ങൾ ഒരു ദ്വിമനസ്സല്ല, അതൊ രുതരം വിഘടിത വ്യക്തിത്വം സൃഷ്ടിക്കുന്നില്ല. മാന വരാശി മുഴുവനും ഇന്നോളവും ജീവിച്ചിട്ടുള്ളത് ഒരു സ്കിസോഫ്രീനികമായ ജീവിതമാണ്, സദാചാരനി ഷ്ടമായ ഭൂതകാലമാണതിന് കാരണം.

31

പ്രദോഷമനനം

മനുഷ്യനും മൃഗവും തമ്മിലുള്ള ഒരേയൊരു വൈജാത്യം മൃഗം തികച്ചും അബോധാത്മകമാണ്, മനുഷ്യൻ ഒരല്പം ബോധാത്മകനുമാണ് എന്നുള്ളതത്രെ. അതുപോലെ മനുഷ്യനും ദൈവികത്വവും തമ്മിലുള്ള ഒരേയൊരു വൈജാത്യം ദൈവികത്വം പരിപൂർണ്ണമായും ബോധാത്മകമാണ് എന്നതത്രെ. മനുഷ്യൻ നിലനിൽക്കുന്നത് ആ രണ്ടിനുമിടയിലാണ്: മൃഗങ്ങളുടെ പരിപൂർണ്ണമായ അബോധത്തിന്റെയും ദൈവികത്വത്തിന്റെ, ദേവന്മാരുടെ, ബുദ്ധന്മാരുടെ പരിപൂർണ്ണമായ അവബോധത്തിന്റെയും ഇടയിൽ. ഒരുവന് ഒന്നുകിൽ താഴോട്ട് വീഴാം, ആ അന്ധകാരത്തിലേക്കുതന്നെ നിപതിക്കാം; അല്ലെങ്കിൽ മുകളിലേക്ക് കയറുവാൻ തുടങ്ങുകയും ചെയ്യാം.

Notes

Notes

www.ingramcontent.com/pod-product-compliance
Lightning Source LLC
LaVergne TN
LVHW040747051026
849519LV00007BA/2471